PHÉP MÀU COACHING

Nghệ thuật Coaching
giúp thầy cô an vui, trò hạnh phúc

Dung Grace

MỤC LỤC

4

Đôi nét về tác giả

Dung Grace

Master Coach

Từng muốn bỏ nghề giáo viên, vì chị không chỉ chịu áp lực công việc nặng nề, mà còn thường xuyên bị thách thức bởi những học sinh "cá biệt", và đối mặt với nhiều phụ huynh "đặc biệt"...

Nhưng hiện tại, chị đã gắn bó với nghề giáo hơn 20 năm. Thông qua nghệ thuật coaching, chị đã tháo gỡ hàng ngàn tình huống khó xử trên học đường, và được rất nhiều học sinh, phụ huynh yêu quý, tin tưởng.

Tác giả Dung Grace tin rằng: Mỗi học trò đều là một bông hoa với nét rất riêng. Nghệ thuật coaching sẽ giúp bạn nhận ra và phát huy tối đa vẻ đẹp và mùi hương đặc biệt của mỗi bông hoa học trò ấy. Từ đó, ai cũng sẽ thay đổi, kể cả bản thân chúng ta.

Vì lý do riêng tư mà các nhân vật trong sách
đã được đổi tên.

Lời mở đầu

Hãy hình dung, bạn là một giáo viên chủ nhiệm, đang dẫn dắt một cuộc họp phụ huynh quan trọng. Đột nhiên, một phụ huynh lao lên bục giảng trong sự phẫn nộ, dồn dập đặt ra những câu hỏi mà hiệu trưởng nếu có ở đó cũng phải nóng mặt, và chưa chắc đã giải quyết được...

Bạn sẽ cảm thấy thế nào?

Câu chuyện thực tế của tôi...

Cách đây hơn 5 năm, lúc đó tôi mới quay trở lại sau một đợt nghỉ công tác chủ nhiệm do bầu bí, rồi vướng bận con nhỏ, nhưng đã nhận ngay chủ nhiệm một lớp 6 đầu cấp.

Như thường lệ, trong buổi họp phụ huynh đầu năm thì giáo viên chủ nhiệm sẽ có 3 phần báo cáo: một là tình hình chung của nhà trường trong năm học qua; hai là triển khai kế hoạch năm học mới; rồi cuối cùng là những phần liên quan đến phụ huynh, học sinh.

Ngay sau khi tôi vừa dừng ở phần báo cáo đầu tiên thì một chị phụ huynh lớn tuổi đứng phắt dậy, vẻ mặt phừng phừng cau có, lao nhanh về phía bàn giáo viên, cầm một viên phấn và nhìn tôi với ánh mắt giận dữ.

"Cô cho tôi hỏi," chị phụ huynh nói với giọng bực tức, tay vừa viết lên bảng những ý chính. "Dựa vào đâu và vì sao mà nhà trường lại bố trí cho con chúng tôi phải học ở tầng cao nhất và nóng nhất như thế này?

Tôi ngậm tăm chưa biết trả lời sao.

Chị ta đã hùng hổ hỏi tiếp, "Có phải chúng tôi không giàu như các phụ huynh lớp kia nên bị xếp lên đây đúng không?"

Ở dưới lớp các phụ huynh khác bắt đầu lao xao, nhưng không thể nào áp đảo được tiếng nói đầy thịnh nộ của chị phụ huynh này.

"Cô là chủ nhiệm, vậy cô có biết thông tư 55[1] không?"

Tôi chỉ biết nuốt nước bọt.

"Cô có biết như thế là vi phạm quyền trẻ em không?"

Tôi đã sốc, tay chân run rẩy.

Lúc đó mặt tôi giống như chiếc smartphone đang chiếu phim hay mà tự nhiên quay vòng vòng do wifi hỏng. Có thể nói, cuộc họp phụ huynh đầu năm, đánh dấu một cột mốc quay trở lại quan

---

[1] Thông tư 55 của Bộ trưởng Bộ Giáo dục và Đào tạo về những quy định chung và cách tổ chức hoạt động của ban đại diện cha mẹ học sinh. Trong đó có nhắc đến nhiệm vụ và quyền hạn của cha mẹ học sinh.

trọng trên hành trình sự nghiệp của tôi, đã thất bại thảm hại. Tôi thì bối rối bởi chưa gặp tình huống thế như thế bao giờ. Các phụ huynh của lớp thì ra về trong tâm trạng khó chịu vì phải ở trong một tập thể có người khác thường như vậy.

Một vài phụ huynh thì tỏ ra ái ngại cho tôi. Một vài phụ huynh thì nán lại trò chuyện với tôi dăm ba câu về phụ huynh cau có ấy. Tôi bắt đầu lờ mờ hiểu ra rằng kể từ giây phút này tôi sẽ còn phải gặp nhiều phiền toái nữa...

Bao nhiêu kế hoạch về công tác chủ nhiệm trong đầu tôi tan tành mây khói. Còn lại trong tôi chỉ là một tâm trạng không biết gọi thành tên. Buồn chán, thất vọng, và tôi cảm giác tình yêu nghề nghiệp tự nhiên mọc cánh mà bay đâu hết.

Vài ngày sau khi cuộc họp phụ huynh đầu năm đó kết thúc, tôi chưa kịp hoàn hồn thì bị sốc lần hai, trong khi đang dạy tiết học ở lớp khác.

Một học sinh lớp tôi chủ nhiệm đã hớt hải chạy sang và gọi lớn. "Cô ơi! bạn Thắng đang tìm bạn Minh để đánh!"

Tôi lập tức bỏ tiết, phi như bay về phía lớp mình. Trước mắt tôi là khung cảnh y chang một cảnh săn đuổi trong phim hành động.

"Nó đâu rồi?" Thắng vừa hét lớn vừa chạy trên hành lang, đôi tay nắm chặt như thể cậu ấy sẽ giáng đòn nốc ao ngay khi tìm ra con mồi xấu số. "Nó đâu rồi?"

Tôi đã hấp tấp lao ra chặn Thắng lại, và quát lớn. "Dừng lại ngay! Em phá quấy hả?"

Đôi mắt của Thắng long sòng sọc, đôi nắm đấm siết lại, cả thân hình cao to của cậu run lên bần bật làm tôi cũng run theo. Tôi cảm giác nếu Thắng không tìm ra Minh thì chính tôi sẽ là người phải hứng đòn.

"Em sẽ giết nó!" Thắng gầm lên.

Tôi hoảng hồn. Theo phản xạ, Tôi nắm chặt hai tay của Thắng, nhưng không thể ngăn chặn được sức mạnh của cậu ta.

Thắng giật khỏi tay tôi và hét. "Nó! Chính nó! Thằng Minh đâu rồi?"

Một vài giáo viên đang dạy cùng tầng thấy ồn ào cũng ra ngó và các bạn học sinh cũng bắt đầu lao nhao ở hành lang.

"Giết ai?" một cô giáo khác đến bên chúng tôi quát lên với giọng đầy uy lực. "Thích đi tù hay sao mà đòi giết? Đây là trường học chứ không phải cái chợ nhà anh mà anh muốn làm gì thì làm. Vớ vẩn! côn đồ! Muốn đuổi học hả? Mời anh đi xuống văn phòng gặp hiệu trưởng để giải quyết!"

Tiếp tục giơ nắm đấm lên, Thắng lại hét to hơn trước. "Thằng Minh, em phải giết nó!"

Sau đó, chúng tôi phải cần tới nguyên một đội giáo viên để có thể tháp tùng Thắng về văn phòng ổn thoả. Còn Minh, tôi nghĩ nếu không có người gọi ra, cậu ấy có thể cố thủ trong phòng vệ sinh tới cả ngày.

Ở văn phòng, chúng tôi quát mắng Thắng, tra hỏi, thuyết giảng một hồi, bắt viết bản tường trình. Rồi sự việc kết thúc bằng một cuộc điện thoại với phụ huynh và tôi tuyên bố hạ hạnh kiểm tháng đó của Thắng. Những tưởng thế là ổn thỏa, nào ngờ 2 ngày sau mọi thứ lặp lại y chang.

Không chỉ một hai lần trong vài tháng, mà là nhiều lần trong 2 năm!

Cậu học trò ấy cứ hễ thấy bạn nào làm mình "ngứa mắt" là lại muốn đấm. Đến nỗi không bạn nào muốn chơi. Trong lớp thì thường xuyên ngủ, không ghi bài, giáo viên bộ môn nói thế nào cũng kệ. Thậm chí không ngồi ghế mà chui hẳn ngồi dưới đất.

Tôi và các cô giáo bộ môn đều bất lực. Phụ huynh cũng bất lực. Sau nhiều lần xảy ra việc đánh bạn vô lý như vậy thì tất cả tôi và các giáo viên dạy lớp tôi đều cho rằng học sinh Thắng có vấn đề về tâm lý. Phụ huynh cũng nghĩ vậy và Thắng được mẹ cho nghỉ học đi khám bác sĩ, nhưng kết luận mang về chỉ hai chữ: bình thường.

Đỉnh điểm làm tôi hoang mang thực sự là khi một lần tôi cũng đang dạy ở lớp khác thì giáo viên bộ môn gọi tôi lên giải cứu. Vì cậu ấy nhất định không vào lớp học mà cứ đứng lì ở góc hành lang.

Cô giáo bộ môn sợ cậu ấy nhảy lầu vì bài thi giữa kì môn văn đó được có 1 điểm.

Khi thấy bóng dáng tôi tới hành lang cậu ấy lừ lừ đi vào lớp nhưng nhất định không ngồi lên ghế để học mà ngồi thụp xuống sàn nhà ở góc lớp với bộ mặt hằm hằm quen thuộc.

Khi thấy vậy, tôi đã quát lên. "Thắng! Lại không muốn học hả?"

Bạn ấy giơ tay chỉ vào mặt tôi và hét lên. "Biến đi. Đừng có lại đây!"

Tôi chết lặng, mặt nóng bừng lên.

Học sinh cả lớp thì nhìn tôi như muốn nói, *tội nghiệp cô Dung quá!*

Cô giáo bộ môn đang dạy cũng im re.

Tôi như lôi hết sự bực bội dồn nén bao lâu nay ra và quát lên. "Ra khỏi lớp ngay! Lên văn phòng gặp tôi!"

Những tưởng cậu ta sẽ ngoan ngoãn làm theo ngay nhưng phải mất vài phút quát nạt nữa của cả hai cô giáo cùng lời cảnh báo gọi bảo vệ và hiệu trưởng lên giải quyết thì Thắng mới lừ lừ đứng lên ra khỏi lớp.

Ngay sau đó tôi nhờ một giáo viên khác trông hộ lớp đang dạy và rồi dành nguyên một tiết để thuyết giảng về những điều sai trái cho Thắng nghe. Và như mọi khi, tôi lại bấm máy gọi phụ huynh. Giống như những lần trước, Thắng lại viết bản tường trình, bản kiểm điểm.

Khi mẹ bạn ấy đến trường thì bạn ấy bắt đầu nghe thêm việc thuyết giảng của mẹ, vừa nghe Thắng vừa gục mặt xuống, miệng gừ gừ, hai tay thì ôm đầu như muốn nhấc đầu ra khỏi cơ thể mình.

Những tưởng sự nỗ lực của chúng tôi sẽ thay đổi được cậu ấy, nhưng sự việc cứ thế lặp đi lặp lại trong suốt 2 năm tôi chủ nhiệm. Thầy cô thì khó chịu, bạn bè thì xa lánh, Thắng ngày càng trở nên bướng bỉnh và khó bảo hơn như một con gấu lực lưỡng chỉ chờ cơ hội là sổng chuồng.

Ngoài những học trò "cá biệt" như Thắng thì tình trạng một số học sinh ngủ gật, không ghi chép bài, cãi lại thầy cô, nói tục chửi bậy, không làm bài kiểm tra, đánh nhau, thậm chí có cả hút và buôn bán thuốc lá điện tử. Những hình ảnh ấy khiến cho tôi và đồng nghiệp cứ gặp nhau là than thở chán nghề, than thở rằng sao học trò bây giờ khác xưa, lười học, khó bảo, tệ nạn xã hội. Và hàng tập bản tường trình, bản kiểm điểm của học sinh mỗi ngày cứ dày lên bên cạnh những trang giáo án. Tôi cảm giác nếu bán đồng nát theo cân thì cũng được khá nhiều và chắc chắn thừa tiền mua thuốc trị stress.

Ban ngày thì vừa dạy học vừa giải quyết bao tình huống xảy ra ở lớp, tối về lại phải tiếp tin nhắn và điện thoại của phụ huynh. Trong suốt năm làm chủ nhiệm lớp đó tôi đã thường xuyên phải trả lời những tin nhắn dài như bài tiểu luận hay những cuộc điện thoại như không có hồi kết. Và thậm chí còn phải cùng phụ huynh "đặc biệt" đi gặp mặt ban giám hiệu nhà trường để nghe bác thắc mắc và trình bày những việc nhỏ nhặt diễn ra ở lớp.

Ban giám hiệu đau đầu, mất thời gian. Còn tôi thì nhen nhóm có một quyết định mới: ĐỔI NGHỀ.

Nhưng bạn biết đấy, tôi đã ngoài 40 rồi nên đó là lựa chọn không hề dễ dàng.

Cứ mỗi sáng sớm đi làm, tôi lê bước chân mỏi mệt ra khỏi nhà, là những hình ảnh các cô cậu học trò "đặc biệt" với các hành vi "khác biệt" ấy lại hiện ra, khiến tôi ngày càng ức chế và chán nản.

Mỗi chiều chiều lại cõng theo những cảm xúc khó chịu từ trường về nhà khiến đầu tôi luôn nặng trĩu như đội đá.

Đêm về, tôi trằn trọc không yên, xoay ngang xoay ngửa, nghĩ ngợi...

Năng lực đã mất

Đố bạn biết, sau khi trải qua những năm tháng áp lực như vậy, thì tôi đã đánh mất đi một năng lực nào?

Mất giọng do quát quá nhiều?

Đứt dây thần kinh quản lý stress?

Câu trả lời là tôi đã mất đi năng lực "khó chịu" với học trò. Theo nghĩa tích cực bạn nhé. Chứ không phải là những năm tháng ấy làm tôi chai lì cảm xúc hay trở nên vô cảm.

Bạn không nghe nhầm đâu. Bây giờ ngồi viết lại những câu chuyện hồi ấy, những buồn bã trong tôi đã không cánh mà bay, chỉ còn lại một cảm giác an nhiên, hạnh phúc khó tả.

Bạn còn nhớ Thắng không?

Có thể bạn không tin, nhưng giờ đây Thắng đã trở thành một học sinh tích cực. Cậu đã không còn "thích" đánh bạn vô cớ như trước, mà trái lại, cậu vui vẻ hòa đồng hơn với mọi người. Đặc biệt chúng tôi trở thành một đôi bạn thân bất kể lứa tuổi, sẵn sàng tâm sự với nhau.

Tôi nhớ năm lớp 9 Thắng còn tham gia vào tiết mục văn nghệ của lớp. Và có lần mẹ Thắng còn gọi điện cho tôi để chia sẻ trong vui sướng về sự thay đổi của Thắng. "Em mừng lắm chị ạ! Con còn bảo: cô Dung tình cảm, tâm lý và tuyệt vời lắm mẹ ạ." Gần đây 8/3 khi về trường cũ thăm tôi em còn khoe tôi bảng điểm học kì 1 lớp 10 của em với 8 điểm môn văn.

Đó chỉ là một trong số ít những quả ngọt tôi đã được nếm trải.

Không chỉ giúp học sinh lớp mình chủ nhiệm và học sinh trong trường, mà tôi còn rất vui vì cũng giúp được hàng ngàn học sinh trên toàn quốc. Thông qua các chương trình coaching tôi và các đồng nghiệp trong cộng đồng coaching của mình thực hiện, chúng tôi đã giúp cho rất nhiều bạn học sinh thoát khỏi tình trạng bế tắc tâm lý, từ đó cải thiện mối quan hệ với bạn bè, gia đình, và nâng cao kết quả học tập.

Và trong số đó tính đến thời điểm này có ba học sinh tôi ấn tượng nhất.

Đầu tiên là một học nữ sinh lớp 7 tên Lan sống ở Hà Nội, bị tổn thương tâm lý do thường xuyên bị người mẹ cầu toàn mắng chửi. Chỉ vì bài thi văn 7 điểm mà em còn bị mẹ vứt cặp sách ra ngoài đường, và em ấy đã một vài lần có ý định tự tử. Sau buổi coaching với tôi, em đã vui vẻ học hành trở lại, biết yêu thương mẹ hơn. Sau đó hai cô trò vẫn thường xuyên nhắn tin tâm sự như hai người bạn, thậm chí có lần trường em tổ chức đi chơi ở Hạ Long nơi tôi ở, em đã chủ động gọi điện hỏi thăm tôi.

Em nói trong điện thoại, "Con chỉ muốn gặp cô để được ôm cô một cái ạ!"

Bạn nghe có tan chảy con tim không? Còn tôi đó thực sự là một nguồn Oxytocin[2] quý hiếm.

Tiếp đến là một học sinh nữ lớp 9 tên Hoa. đến trường không bao giờ chơi với ai, ngồi trong lớp không bao giờ nói gì, em chỉ đến và ra về trong

---

[2] Oxytocin - hormone: một loại hormone hạnh phúc.

im lặng. Thi thoảng lại ngồi khóc trong lớp. Cô giáo chủ nhiệm cũng nói chuyện với em nhưng tình hình vẫn vậy. Cuối cùng cô ấy cầu cứu đến tôi. Sau hai cuộc trò chuyện với Hoa thì em đã không còn khóc trên lớp nữa. Em vui vẻ hơn, và bắt đầu chuyện trò với một vài người bạn. Mỗi lần gặp tôi ở trường là cười rất tươi. Mặc dù đã lên lớp 10 nhưng ngày khai giảng và các ngày lễ em vẫn về tìm gặp tôi và cô trò lại ôm nhau cười trong niềm hạnh phúc.

Một trường hợp khác mà khiến tôi và cô chủ nhiệm cũng đau đầu cùng sự lo lắng hoang mang bế tắc của phụ huynh. Đó là Linh, một học sinh lớp 9. Đó là thời điểm nước rút ôn tập để thi vào 10 nhưng em lại bỏ học, thậm chí trốn gia đình, đi theo một người trên mạng mới quen ở gần biên giới Trung Quốc. Khi bị phát hiện, bố mẹ đã bắt em về và đánh đòn. Sau đó, dù ở nhà nhưng em ấy ngắt kết nối hoàn toàn với mọi người. Trốn lỳ trong phòng, không ăn uống, không nói chuyện.

Mẹ em mỗi ngày đưa thức ăn lên qua cửa sổ, cảm giác như đưa "cơm tù".

Khi biết chuyện, tôi đã gặp em và sau vài phiên coaching thì ngày bế giảng năm học em đã đến trường và còn mang tặng tôi một bức tranh rất đẹp do chính tay em vẽ. Hai cô trò đã có những cái ôm ấm áp và còn chụp những bức hình thật đẹp, mọi chuyện diễn ra rất vui vẻ trước sự ngạc nhiên của các bạn cùng lớp và cô giáo chủ nhiệm.

Và còn rất nhiều học sinh và phụ huynh khác nữa từ nhiều tỉnh thành khác, với những câu chuyện thú vị mà bạn sẽ dần dần được khám phá trong cuốn sách này.

Bạn biết không, nếu trước đây mỗi khi gặp tình huống "đặc biệt" của những học trò "cá biệt" thì tôi thường nổi sân si, khó chịu, thậm chí là quát mắng, trừng phạt thì giờ đây tôi đều bình an trước mọi tình huống xảy ra. Để từ đó có thể đưa ra những cách giải quyết hợp tình hợp lý, cuối cùng cả cô và trò đều cảm thấy an vui, hạnh phúc.

Mà bạn có tò mò muốn biết chuyện gì xảy ra không?

Đó là lý do tôi viết cuốn sách này

Sau hàng ngàn phiên coaching cho học trò thành công đến không ngờ thì tôi đã cảm thấy đó là sứ mệnh cuộc đời tôi. Tôi luôn đau đáu một điều rằng:

Ước gì thầy cô nào cũng biết đến coaching để có thể tạo ra những cuộc trò chuyện hiệu quả nhằm thấu hiểu học trò và luôn thoải mái, thì có lẽ cả thầy cô và học trò trên thế giới này sẽ luôn bình an và hạnh phúc biết bao.

Tôi từng trăn trở về việc hay là mình học lấy bằng đào tạo để hướng dẫn lại cho đồng nghiệp của mình?

Tôi bắt đầu ấp ủ ước mơ đó, nhưng vì nhiều lí do mà hành trình đó gian nan hơn tôi tưởng.

Đồng nghiệp thấy tôi không phạt mỗi khi học sinh mắc lỗi nên họ nghĩ tôi nuông chiều, dễ dãi với học trò, phụ huynh thì cho rằng tôi không có phương pháp sư phạm. Họ so sánh cách của tôi với những cách của giáo viên khác. Có người còn khuyên tôi nên học hỏi từ những giáo viên nghiêm khắc. Thậm chí có phụ huynh bức xúc đến mức còn viết đơn kiện tôi về việc: vì sao cô lại xử lí học sinh mắc khuyết điểm chỉ bằng cách hỏi han rồi để học trò rút ra bài học? Họ nói "sao chỉ một câu xin lỗi là xong?". Họ muốn tôi phải trừng phạt thích đáng những học sinh mắc khuyết điểm đó. Vì họ cho rằng "không phạt chúng nó sẽ hư".

Thế nên tôi đành gác lại ước mơ đó một thời gian.

Một lần khi hai mẹ con tôi nói chuyện trong bữa ăn, con đã kể cho tôi nghe về việc con đã áp dụng thành công bộ 3 câu hỏi trong một cuốn sách của Socrates[3] cho đứa bạn của con. Nhờ thế mà bạn ấy đã thôi không kể chuyện xấu về một người bạn khác, và đã khiến bạn ấy dừng ngay được việc không hay mà bạn ấy định làm.

Mặc dù là một người thích đọc, biết giá trị của sách đem lại nhưng nghe xong câu chuyện, tôi chợt vỡ òa lên trong đầu và thốt lên: "Ồ! Sức mạnh

---

[3] Socrates: Nhà triết gia học nổi tiếng trên thế giới người Hy Lạp.

của sách thật là tuyệt vời, ngay cả một đứa trẻ lớp 5 sau khi đọc sách còn áp dụng được, vậy tại sao mình không viết một cuốn sách để bất cứ thầy cô nào, thậm chí cha mẹ nào cũng có thể tiếp cận và áp dụng nghệ thuật coaching tuyệt vời này nhỉ?"

Đó là thời khắc tên cuốn sách ra đời. Và bây giờ "phép màu" đó đang nằm trong tay bạn. Tôi rất vui vì điều đó, bởi tôi mong được thấy các thầy cô có được niềm an vui với trò, với nghề như tôi đang có nhờ phép màu coaching mang lại.

Nghệ thuật coaching đã giúp rất nhiều người trên thế giới thay đổi và tạo ra các kết quả ngoạn mục trong cuộc sống ở nhiều lĩnh vực cũng như trong giáo dục, nên tôi tin rằng chúng ta hoàn toàn có thể áp dụng trong việc giáo dục học sinh.

Tất nhiên là với phạm vi của cuốn sách nhỏ này tôi cũng không thể nào có thể chia sẻ hết cho bạn toàn bộ mọi kinh nghiệm tôi thu thập được trong nhiều năm qua nên tôi rất mong bạn khi đọc đến cuối sách hãy quét mã QR để kết nối với tôi và nhận thêm nhiều tài liệu hướng dẫn chi tiết khác rất bổ ích nhé.

Sách sẽ giúp bạn thế nào

Hãy hình dung mỗi chương sách, mỗi câu chuyện là những trải nghiệm đáng nhớ của tôi dành cho bạn. Khi bạn đọc cuốn sách này, từng trang giấy giống như từng cánh cửa mở ra kho báu nghệ thuật coaching trong giáo dục. Đồng thời sẽ giúp bạn biết cách áp dụng trong hành trình dạy học của mình.

Ở phần I bạn sẽ nhận ra một sai lầm lớn mà hầu hết các giáo viên đã mắc phải trong quá trình xử lý những học sinh "đặc biệt", dẫn đến những tác hại về lâu về dài, kèm theo sự mệt mỏi không cần thiết.

Ở phần II bạn sẽ khám phá một bí mật đã giúp tôi xử lý các tình huống khó xử một cách đơn giản mà hiệu quả, để giờ đây tôi có thể sở hữu những giây phút an vui với học trò của mình.

Ở phần III bạn sẽ được biết ba bước tạo phép màu coaching rất đơn giản mà hiệu nghiệm, có thể ứng dụng được ngay, mà tôi đã cất công học hỏi từ những bậc thầy coaching trong nước cũng như trên thế giới.

Chính vì sách được thiết kế một cách tỉ mỉ và liền mạch như thế, nên cách đọc hiệu quả nhất đó là: bạn đọc lần lượt từ đầu đến cuối ở lần đọc đầu tiên. Và lần hai trở đi bạn có thể đọc bất kì phần nào bạn thích.

Ngoài ra, với phạm vi của cuốn sách nhỏ này tôi cũng không thể nào có thể chia sẻ hết cho bạn toàn bộ mọi kinh nghiệm tôi thu thập được trong nhiều năm qua nên tôi rất mong bạn khi đọc đến cuối sách hãy quét mã qr để kết nối với tôi và nhận thêm nhiều tài liệu hướng dẫn chi tiết khác rất bổ ích nhé.

qr.mastercoachlandung.com

Phần I

Nơi phép màu xuất hiện

Trước khi biết đến phép màu coaching, suốt mười mấy năm dạy học, tôi cũng như bao đồng nghiệp đã phải vô cùng vất vả với mọi cách khác nhau để giáo dục học trò. Tuy nhiên kết quả thế nào thì bạn cũng biết rồi đấy, tất cả chỉ là sự mệt mỏi cho cả học sinh lẫn giáo viên, kèm với những cảm xúc không an vui với nghề.

Tôi đã từng thường xuyên về muộn vì phải ở lại trường sau giờ làm để phạt những học sinh mắc khuyết điểm. Sau những màn quát tháo, thuyết giảng xong là đến tiết mục trừng phạt, nhẹ thì quét lớp, nặng thì dọn nhà vệ sinh của trường.

Như với Thắng thậm chí là nhổ cỏ cả một vườn hoa của trường, nhưng kết quả là cậu vẫn thường xuyên ngủ trong lớp và hay đánh bạn mỗi khi thấy "ngứa mắt". Bây giờ nghĩ lại tôi tự hỏi không biết có phải nhờ luyện nhổ cỏ nhiều mà tay cậu bé trở nên mạnh mẽ hơn, mà khiến cho việc đánh bạn trở nên dễ dàng hơn hay không.

Nếu là một giáo viên như tôi, bạn đã từng thử những cách như vậy chưa? Và bạn có thấy hiệu quả không?

Còn tôi thì không thấy hiệu quả đâu cả.

Kết quả là suốt hai năm lớp 6 và lớp 7, bạn Thắng yêu quý của tôi không chỉ vẫn thế, mà còn phải nạp thêm vào đầu bao nhiêu năng lượng không tốt. Còn tôi thì cũng tự tạo ra biết bao cảm xúc tiêu cực cho chính mình và cho học trò. Cuối cùng, sau bao nỗ lực không ngừng nghỉ, tôi cảm giác cả sự tiến bộ học trò lẫn sự an vui của mình đều trở về con số 0 tròn trĩnh.

Khi bạn cố gắng hết mình, nhưng lại sai cách, thì liệu sự nỗ lực ấy sẽ ra sao?

Càng ngày tôi càng nhận ra có vẻ như mình đang đi sai hướng. Thế nhưng, có điều gì đó trong tôi vẫn khiến tôi cứ làm theo cách mình đang làm.

Tôi nhớ có lần đỉnh điểm, tôi đã dành cả buổi chiều để thuyết giảng cho Thắng nghe về những việc làm sai trái của em và em nên làm gì để thay đổi. Tuy nhiên mặc cho từng lời nói và cảm xúc của tôi lên xuống như những cơn sóng trong ngày giông bão, Thắng chỉ ngồi nghe như một bức tượng đá.

"Thắng ! Em có nghe tôi nói gì không!"

Không một lời đáp lại.

"Thắng ! Em cất tai và mồm ở nhà hết rồi à!"

Không một phản ứng trên gương mặt.

"Đánh bạn vô cớ như vậy, lười học như vậy, hỗn láo như vậy ... chỉ có đúp ở lại lớp thôi!"

Thắng vẫn im lặng.

"Rồi sẽ khổ thôi!"

Cả chiều hôm đó, dù tôi có nói gì, mặt Thắng cũng lạnh tanh như tảng băng trôi lững lờ.

Bạn thấy đấy, từ khẩu giáo, chỉ trích, chê bai, trách phạt, dán mác, tôi đã thử hết mọi cách. Bạn làm gì thì tôi đã làm tất. Nhưng kết quả thì như bạn đã biết ...

Một đồng nghiệp an ủi tôi, "Ôi cải tạo sao được học sinh đấy! Tâm lí nó có vấn đề rồi thì các cô có cố cũng vậy thôi!"

Mới đầu thì tôi cũng đồng tình, nhưng từ bên trong sâu thẳm trái tim tôi, tôi biết rằng có điều gì đó không đúng, tôi biết rằng tôi cần phải làm một thứ gì đó khác đi so với những thứ mình đang làm.

Và phép màu đã đến cho tới khi tôi làm một thứ khác đi...

Cuộc trò chuyện bất ngờ

Tôi vẫn còn nhớ mãi lần ấy, Thắng lại phạm lỗi. Lúc ấy ấy tôi cảm thấy thế nào là bất lực và thất vọng thật sự. Bực tức, tôi lại cầm điện thoại gọi cho phụ huynh và nói phụ huynh đón con về mà dạy. Nhưng có một tiếng nói nhỏ bên trong đã cản tôi lại: mình đã từng làm như thế quá nhiều lần rồi mà, kết quả có khác đâu?

Khoảnh khắc đó tôi hít một hơi thật sâu, bình tĩnh lại, đột nhiên quay sang và hỏi Thắng.

"Thắng này! Em thấy bạn Minh lớp mình thế nào?"

"Hmm..." Thắng ngập ngừng, ánh mắt ngơ ngác. "Bạn ấy giỏi, ngoan..."

"Thế à?"

"Bạn vừa giỏi lại ngoan, sao em lại cứ thích đánh bạn vậy?"

Thắng mắt sáng rực như chờ đợi câu hỏi này đã lâu chỉ để có người chịu nghe mình nói và giãi bày nỗi lòng. Em hào hứng nói như sợ không nói nhanh thì tôi sẽ đổi ý không nghe nữa.

"Vì bạn ấy hay nói những cái em không thích nghe."

"Ồ! thế hả? Thế còn vì lý do nào khác nữa không?"

"Thưa cô! Không ạ!"

Trong tôi dường như có một cái bóng đèn được sáng lên, tôi im lặng và nghe Thắng nói tiếp.

"Tại bạn ấy cứ kể chuyện bố bạn ấy. Em ghét!"

"Ồ! Thế à! Thôi không nói chuyện của bố bạn ấy nữa, mà mình nói về bố em nhé?"

Mặt Thắng đổi sắc thái và cậu lắc đầu cúi xuống. Chưa đầy 10 giây cậu ngẩng mặt lên nhìn tôi và thốt lên. "Em ghét bố em!"

Tôi còn nhớ như in hình ảnh ánh mắt của cậu ấy nhìn tôi lúc đó. Những giọt nước mắt bắt đầu lăn dài trên khuôn mặt vạm vỡ, to khỏe hay hung hăng mỗi ngày của cậu học trò đang sở hữu mọi biệt danh tồi tệ nhất mà bạn có thể nghĩ ra.

"Buồn nhỉ," tôi vừa nói, vừa đặt tay lên vai Thắng. "Ghét bố hẳn là một cảm giác rất khó chịu đúng không em?"

Thắng gật đầu, nước mắt tuôn rơi...

Như được trải lòng, Thắng không đợi tôi hỏi tiếp mà bắt đầu kể về bố của mình với những cảm xúc đan xen từ tức giận, buồn chán đến thèm khát được bố quan tâm yêu thương như bạn Minh. Em ghen tị với hạnh phúc của Minh mà chỉ biết hành xử vô cớ là "tiêu diệt" bạn cho hết "ngứa mắt".

Cuối cùng Thắng đã chốt lại "Bố em chả giống bố bạn ấy gì cả!"

"Ồ! Cô hiểu rồi. Vậy theo em việc em buồn vì bố em thì bạn Minh có lỗi gì không?"

Lắc nhẹ đầu, cậu nói. "Dạ không ạ!"

"Thế bây giờ em thấy thế nào về việc em thường xuyên vô cớ đánh bạn như vậy?"

"Em biết em đấm bạn là sai nhưng mỗi khi nhìn thấy bạn đấy là em không biết làm thế nào để kiềm chế được. Trong đầu em cứ bị thúc dục là: đấm nó đi."

"Trong chuyện này em biết em sai thì em phải làm gì?"

"Xin lỗi ạ!"

Và sau đó tôi đã bố trí để Thắng và Minh gặp riêng. Cuộc nói chuyện đã diễn ra với lời xin lỗi lúng túng của Thắng và sự dè chừng của Minh, nhưng mọi việc đã ổn từ đó. Thắng không còn "thích đánh bạn" nữa.

Và sau cuộc trò chuyện đó Thắng bắt đầu cởi mở hơn, chia sẻ nhiều hơn, tâm sự nhiều hơn với tôi. Nỗi đau như chạm đúng vào một cái bao cát đang căng đầy và cứ thế mạch cảm xúc, tâm tư tuôn chảy...

Dần dần Thắng trở nên vui vẻ hơn với bạn bè, thậm chí còn tham gia trong đội văn nghệ của lớp. Và điều đặc biệt là các bạn trong lớp hòa đồng với Thắng hơn khiến em thay đổi hẳn.

Cuộc trò chuyện giống như một phép màu. Tôi bắt đầu nhận ra sai lầm của mình từ trước tới nay, là đã không lắng nghe sâu. Và đó cũng chính là lý do mà tất cả những giải pháp trước đó của tôi đều không có hiệu quả.

Vâng, đúng vậy! Khi tôi hiểu những đứa trẻ thường xuyên mắc lỗi, thường xuyên vi phạm và bị gọi với cái tên "học sinh cá biệt" lại chính là những đứa trẻ đáng thương hơn đáng trách. Và những hành vi chưa đúng của các em chính là ẩn chứa một lời kêu cứu cần sự giúp đỡ của người lớn, của cha mẹ, thầy cô. Nhưng tiếc một điều không phải ai cũng nhận ra điều đó. Và điều đáng mừng là tôi đã nhận ra.

Sau này nghiên cứu thì tôi cũng thấy rằng việc không lắng nghe cũng dẫn đến rất nhiều tác hại sâu sắc nữa.

5 Tác hại của không lắng nghe sâu

Chúng ta đều biết trong hành trình giáo dục, vai trò của giáo viên không chỉ là truyền đạt kiến thức và kỹ năng học tập. Việc giáo dục ở trường đạt hiệu quả thực sự khi nó bao gồm cả sự rèn luyện nề nếp, tính cách và cả sự phát triển cảm xúc của học trò.

Một trong những khía cạnh quan trọng của sự hỗ trợ này cho học trò là kỹ năng lắng nghe sâu của giáo viên. Khi chúng ta không không lắng nghe đủ sâu, đặc biệt trong những thời điểm học trò mắc khuyết điểm, việc này càng trở nên quan trọng hơn bao giờ hết. Bởi điều này có thể gây ra những hệ quả tiêu cực cho cả giáo viên và học sinh.

Tác hại #1 - Càng ngày càng mệt mỏi, càng mất kết nối

Trên thực tế nhiều giáo viên luôn cảm thấy mệt mỏi trước những khuyết điểm mà học trò gây ra, học trò thì không thích bị thầy cô quát mắng, trách phạt đặc biệt là những em mang cái mác "cá biệt".

Tôi nhớ như in có một lần trong giờ sinh hoạt lớp khi lấy biểu quyết về một nội quy mà tôi vừa đưa ra có liên quan đến một cô giáo bộ môn. Trong khi cả lớp giơ tay biểu quyết đồng ý thì có một học sinh được gọi là "cá biệt" của lớp không giơ tay đồng ý. Tôi hỏi, "Tại sao em không đồng ý?" Em đáp, "Thưa cô, vì không bao giờ cô ấy cho em nói. Em có cố nói thì cô ấy cũng xua tay và không nghe em nói, với cô ấy em là đồ bỏ đi rồi nên em thích làm ngược lại cả lớp là không đồng ý"

Bạn thấy đấy, xuất phát từ quan điểm thầy cô luôn luôn đúng nên bất kì khi nào học trò mắc khuyết điểm thì đều là sai trái và không cần phải biết lí do và nguyên nhân nên nhiều giáo viên không biết lắng nghe sâu mỗi khi học trò mắc lỗi.

Thông thường đa số giáo viên chỉ tập trung vào sự việc mà họ nhìn thấy, sau đó suy diễn theo góc nhìn của mình và cuối cùng quy chụp hay dán mác tiêu cực cho học trò.

Suy nghĩ này khiến một giáo viên chủ nhiệm như tôi không chỉ mất thời gian đối với những học trò mang danh cá biệt mà còn mất thời gian và tâm trí để lắng nghe những lời phàn nàn của giáo viên bộ môn dạy lớp mình như "Em ơi chị không thể chịu nổi mấy học sinh lớp em, học hành lười biếng, không chịu ghi bài gì cả" hay "Ôi! Em không thể nghe được học sinh đó nói, cứ nó cất lời là em đã thấy khó chịu rồi", thậm chí như "Cứ vào lớp em là chị bị ức chế vì cái *thằng đó*".

Bạn thấy đấy với tâm trạng như vậy thì liệu giáo viên có thể an vui không? Học trò có thể hạnh phúc không? Câu trả lời chắc chắn là không rồi.

Vì vậy chúng ta đều thấy rằng lắng nghe sâu giống như cầu nối giữa giáo viên và học trò. Khi giáo viên không biết lắng nghe sâu, sự kết nối cô trò sẽ lỏng lẻo, gián đoạn. Học trò sẽ cảm thấy không được quan tâm. Thầy cô thì luôn bị ức chế. Điều này sẽ ảnh hưởng đến quá trình giáo dục của thầy cô cũng như việc rèn luyện và trưởng thành của học trò.

Không lắng nghe sâu sẽ mất kết nối và mất kết nối là vật cản của sự phát triển.

Lắng nghe sâu là một yếu tố quan trọng trong việc xây dựng mối quan hệ đáng tin cậy và thân thiện giữa giáo viên và học trò. Khi bạn không lắng nghe sâu đối với học trò mắc lỗi, mối quan hệ này có thể bị suy yếu, làm mất đi sự tương tác và sự hiểu biết giữa hai bên.

Tác hại #2 - Bỏ sót thông tin, không tìm được nguyên nhân gốc rễ của vấn đề

"Ôi! Cái đứa đấy thông minh, học giỏi nhưng ý thức nề nếp chán lắm, hay đi học muộn làm lớp suốt ngày bị trừ điểm thi đua..."

Đó là lời phàn nàn của một giáo viên mà tôi từng được nghe khi trong lớp của cô ấy chủ nhiệm có một học sinh nam hay đi học muộn.

Sau khi biết chuyện tôi đã tìm cách gặp riêng em để chuyện trò. Và bạn biết đấy, đúng là vấn đề luôn nằm sau vấn đề. Bởi sự thật là: bố mẹ em đi làm xa trưa không về, ở nhà em phải tự lo cơm nước một mình rồi tự đạp xe đến trường. Một học sinh nam lớp 6 mà em đã tự lập làm được việc đó thì bạn thấy thế nào? Trong khi những bạn khác thì được ông bà, bố mẹ lo cơm nước rồi chở đi học nên chả bao giờ biết muộn giờ là gì vì đã có người lớn làm hộ.

Và vấn đề chính ở đây không phải là học sinh đó ý thức nề nếp kém, mà sự thật là em đã làm hết khả năng có thể. Điều quan trọng nữa là khi đã lắng nghe sâu, hiểu thấu thì học trò này đang cần được sự hỗ trợ từ phía gia đình cũng như sự động viên khích lệ từ phía thầy cô để tìm ra giải pháp tốt nhất cho vấn đề này.

Trong lúc chuyện trò tôi có hỏi. "Em thấy việc hay đi học muộn của em thế nào?"

"Dạ, em thấy em sai, làm ảnh hưởng tới lớp nên cô chủ nhiệm và các bạn ghét em."

Cả câu phàn nàn của cô giáo lẫn câu trả lời của học sinh đều là hậu quả và tác hại của việc giáo viên không lắng nghe sâu đối với học trò.

Việc giáo viên không lắng nghe sâu đối với học trò, đặc biệt khi các em mắc khuyết điểm, có thể dẫn tới việc bạn bỏ sót thông tin quan trọng và bạn chỉ nhìn thấy phần bề nổi của vấn đề và bạn sẽ không tìm được nguyên gốc rễ của vấn đề.

Điều này dẫn đến việc học trò không được hỗ trợ đúng cách và dẫn đến việc lỗi lầm sẽ tái diễn hoặc không thể giải quyết triệt để.

Khi chúng ta không lắng nghe sâu và dẫn đến việc bỏ sót thông tin, chúng ta sẽ không hiểu học trò. Từ chỗ không hiểu học trò có thể dẫn đến việc bạn đưa ra nhận định không chính xác và bạn sẽ không thể tìm ra phương pháp coaching phù hợp để dẫn dắt học trò tiến bộ.

Tác hại #3 - Khiến học trò mất cơ hội nhận ra bài học và chủ động sửa sai để tiến bộ...

Khi không được thầy cô lắng nghe và thấu hiểu thì học trò sẽ không có cơ hội để giãi bày, không có cơ hội tự nhận ra lỗi lầm để tìm ra bài học, giải pháp và dần dần sẽ mất đi khả năng tự giải quyết vấn đề.

Bạn còn nhớ câu chuyện của Thắng không? Sau khi tôi trò chuyện và biết nguyên nhân gốc rễ của vấn đề, tôi đã giúp em ấy nhìn ra được hành động đánh bạn vô cớ của mình là không đúng, và em đã chủ động đưa ra giải pháp là tự về nói chuyện với bố.

Học trò có thể còn không nhận ra và khai thác hết tiềm năng học tập của mình. Các em có thể bị hạn chế trong việc phát triển để trở thành phiên bản tốt nhất của chính mình.

Điều này có thể làm giảm tiến bộ và tiềm năng của học trò, ảnh hưởng tiêu cực đến sự phát triển cá nhân và học tập của các em.

Tác hại #4 - Mất cơ hội phát hiện và giải quyết vấn đề sớm

Khi không lắng sâu đối với học trò mắc lỗi, bạn có thể không nhận ra các vấn đề và khó khăn của học trò trong quá trình rèn luyện, học tập. Điều này dẫn đến việc bỏ qua cơ hội giải quyết vấn đề sớm, khiến vấn đề trở nên nghiêm trọng hơn và khó khăn để khắc phục sau này.

Bạn có nhớ trường hợp của Linh không? Bạn học sinh lớp 9 đã quyết định trốn học và bỏ nhà ra đi ấy?

Nếu em được thầy cô, bố mẹ lắng nghe sâu, thấu cảm, sẻ chia và dẫn dắt để em tìm ra cách giải quyết mâu thuẫn bạn bè trong lớp thì em đã không phải chịu đựng tới 3 năm trời và em đã không bế tắc đến bỏ nhà ra đi như vậy.

Tác hại #5 - Ảnh hưởng tâm lý tiêu cực

"Bản chất con người em là hư mà cô!"

"Em là học sinh cá biệt mà cô!"

"Có ai cần hiểu em và cần nghe em nói đâu, cô hỏi em làm gì!"

...

Bạn cảm thấy thế nào khi nghe những lời nói này từ học sinh của mình?

Đó là những lời của một cậu học trò tên Tùng đã từng trả lời tôi khi tôi hỏi, "Vì sao ngày nào cứ giờ ra chơi em đều tới lớp khác để phá các bạn vậy?"

Những câu trả lời của cậu học trò vô tư đến đáng thương. Em coi như em vốn là "hư" như vậy và mãi mãi như vậy. Tôi thực sự thấy em đáng thương hơn là đáng trách về những khuyết điểm em đã gây ra.

Bạn thấy đấy, khi học trò không được lắng nghe sâu, có thể gây ra ảnh hưởng tâm lý tiêu cực, như sự căng thẳng, lo lắng, và sự tự ti, bất cần. Thậm chí các em có thể cảm thấy bị bỏ rơi và không được coi trọng, góp phần vào sự suy giảm tinh thần và trạng thái tâm lý không tốt.

Khi giáo viên không lắng nghe sâu và không tạo ra một môi trường hỗ trợ cho học trò khi mắc lỗi, học trò có thể cảm thấy không an toàn và không thoải mái khi phải chia sẻ những lỗi hay khó khăn của mình. Điều này làm các em cảm thấy sợ hãi bị phê phán hoặc bị coi thường, và khó khăn trong việc đạt được sự phát triển và tiến bộ.

Điều nguy hiểm nhất là học trò có thể phát triển cảm giác rằng bản thân rất kém cỏi và không thể thay đổi theo chiều hướng tốt bởi bản thân vốn là như vậy. Từ đó học trò rất dễ mất niềm tin vào bản thân và không có động lực phấn đấu.

Học trò có thể bắt đầu tin rằng bản thân không thể khắc phục được lỗi của mình hoặc không đủ giỏi để đạt được thành công, dẫn đến việc các em sẽ thiếu hứng thú và động lực, mất niềm tin vào khả năng của mình và đánh mất động lực để tiếp tục rèn luyện và học tập. Điều này có thể ảnh hưởng tiêu cực đến sự tự tin và thành quả rèn luyện, học tập của các em.

Đôi khi học trò mất tự tin vào bản thân của mình sẽ không muốn tham gia vào các hoạt động học tập. Học trò có thể sợ mắc lỗi hoặc bị chỉ trích và do đó trở nên tự ti và tránh xa các cơ hội học tập và thử thách bản thân.

Nói đến đây thì chúng ta thấy rằng việc không lắng nghe sâu đối với học trò mắc lỗi có thể gây ra nhiều tác hại đối với cả giáo viên và học sinh. Nó có thể dẫn đến nhiều hệ lụy.

Tóm lại có một sai lầm lớn khiến cho hầu hết chúng ta mất công mất sức thay đổi học sinh nhưng cuối cùng kết quả học sinh vẫn đâu lại vào đấy. Giáo viên thì buồn chán, bất lực. Học trò thì không vui.

Đó chính là mọi người đã không biết cách lắng nghe sâu cũng như không nhận thức được hậu quả to lớn của việc không biết cách lắng nghe sâu. Và đó cũng chính là một điểm mù lớn nhất của tôi trong chặng đường làm nghề giáo trước đây.

Sai lầm này đã khiến tôi buồn chán, sai mà không biết mình sai rồi đau khổ đến mức suýt bỏ nghề ở cái tuổi ngoài 40. Mà nguyên do cũng chỉ vì không biết lắng nghe sâu và không biết đến tác hại khôn lường cũng như lợi ích tuyệt vời từ việc biết lắng nghe sâu.

Khi học trò xảy ra chuyện, thầy cô chỉ biết la mắng, quát nạt, khẩu giáo rồi trách phạt khiến thầy cô thì mệt, còn trò thì thu mình lại, thậm chí tổn thương và ghét bỏ người dạy mình. Bởi với quan niệm thầy cô đi dạy người nên thầy cô luôn đúng, trò luôn sai và cần thầy cô giảng dạy, chỉ bảo.

Bạn biết đấy, cho đến khi hiểu ra tác hại khôn lường của việc không lắng nghe sâu thì mọi việc đã khác xưa. Trò thì tiến bộ mỗi ngày, cô thì an vui, yêu nghề.

Thật đúng là: Khi bạn nhận ra vấn đề thì vấn đề sẽ biến mất. Những học trò "cá biệt" của tôi đã trở thành những học trò "đặc biệt", và khi ta đi đúng HƯỚNG mới về ĐÚNG ĐÍCH.

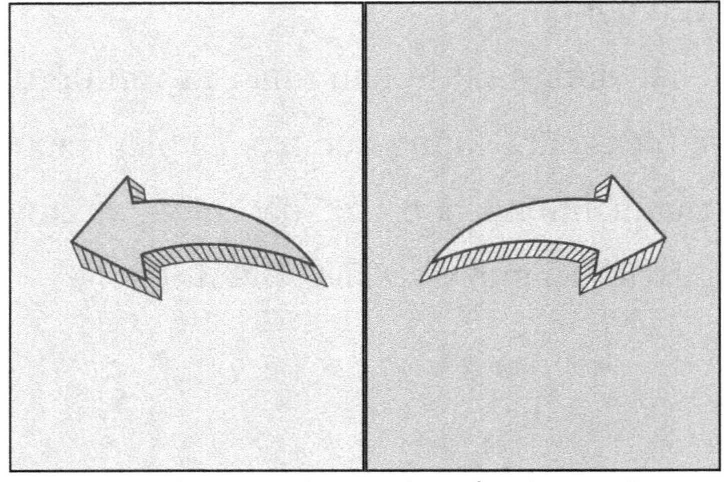

ĐI ĐÚNG HƯỚNG MỚI VỀ ĐÚNG ĐÍCH

Hành trình thành công, không chỉ là sự nỗ lực, mà còn là sự đúng đắn trong phương pháp.

Vậy thì lợi ích của việc lắng nghe sâu là gì, và lắng nghe sao cho hiệu quả, hẹn gặp bạn ở phần II chúng ta sẽ cùng khám phá bí quyết lắng nghe sâu.

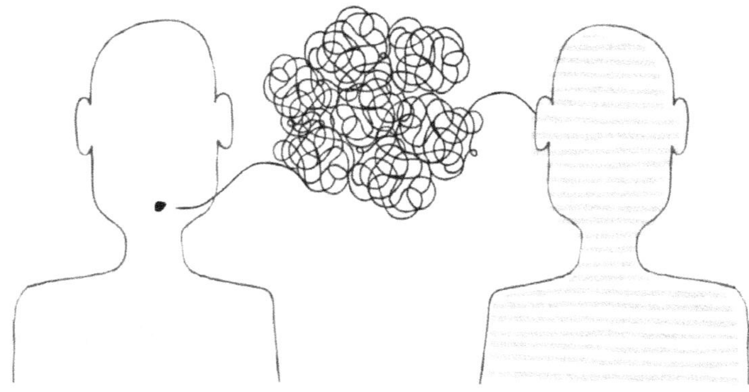
Khi bạn lắng nghe phép màu xuất hiện

Phần II

NGHỆ THUẬT
LẮNG NGHE SÂU

Lắng nghe nông

Nói về lắng nghe thì nhiều sách, nhiều nơi, nhiều chuyên gia đã đề cập tới bởi vì đây là một kỹ năng quan trọng trong cuộc sống với nhiều lợi ích như: Hiểu rõ hơn về người khác, tăng cường giao tiếp và xây dựng mối quan hệ tốt hơn...

Bản thân tôi hồi đấy cũng từng đọc rất nhiều sách, từng tham gia một số lớp học phát triển bản thân, thậm chí các chương trình huấn luyện chuyên sâu về lắng nghe.

Nhưng thực tế thì sao?

Tôi vẫn còn nhớ mãi hình ảnh và sắc thái khuôn mặt của một cậu học trò mà ngày nào cũng bị thầy cô nhắc nhở vì tội vào lớp muộn sau giờ ra chơi. Hôm đó cũng đúng vào tiết của tôi, cậu lại vào lớp muộn.

Tôi quát lên, "Từ nay giờ ra chơi riêng em không được ra khỏi lớp nhớ chưa!"

Mặt cậu bé nghệt ra nhìn tôi.

"Em thưa cô...!"

"Không thưa gửi gì cả!" Tôi đáp, giọng lạnh tanh.

Cậu lấy tay quệt nước mắt rồi đi về chỗ ngồi. Trong cả tiết học cậu học trò chỉ gục mặt xuống bàn và không chịu ghi bài, mặc cho tôi nhắc nhở thế nào đi chăng nữa.

Cuối giờ, tôi mời cậu ở lại để nói chuyện.

Chưa kịp nói gì cậu bé vừa khóc vừa nói. "Hôm trước em nói với cô rồi ạ!"

"Cậu nói gì?" Tôi ngơ ngác hỏi lại.

"Hôm đấy em kể cho cô rồi nhưng những ngày sau mấy bạn đấy vẫn làm tiếp ạ."

Tôi giật mình lục lọi trí nhớ nhưng không nhớ nổi là chuyện gì.

"Thôi được rồi, giờ kể lại cô nghe!"

"Mấy bạn lớp trên cứ hễ thấy em đi vệ sinh là trèo cửa trêu em, nên em phải đợi trống vào lớp các bạn vào hết thì em mới đi vệ sinh được ạ. Em bảo cô nhưng hôm đấy cô đang đọc gì trên điện thoại nên cô không để ý."

"Vậy à! Cô xin lỗi! Để cô sẽ báo lên đoàn đội dẹp bỏ trò này của các bạn ấy."

Bạn thấy đấy, tôi thật là may mắn. Vì cậu học trò rất dễ thương. Có thể nếu là trò khác, thì đã im lặng không phản hồi, hoặc bực tức bỏ đi. Còn bạn ấy đã giúp tôi nhận ra chính sai lầm của mình là đã "lắng nghe nông" ở lần trước.

Cũng may mà tôi đã đặt câu hỏi và lắng nghe cậu ta, chứ không thì có thể sẽ tạo ra một cuộc chiến dai dẳng khác nữa cho đời giáo viên của mình.

Thật tai hại khi lắng nghe nông như vậy phải không bạn?

Đó là câu chuyện thực tế mà tôi đã vấp phải. Bạn có từng giống như tôi không?

Khi học trò mắc lỗi trình bày lý do cho chúng ta, tai chúng ta có thể đang nghe đấy nhưng có thể tâm trạng lại đặt ở chỗ khác, như là nội dung bài giảng, hoặc là áp lực về thời gian. Thậm chí chúng ta có thể cố gắng nghe đấy nhưng một phần tâm trí lại bị chi phối bởi cái smartphone.

Tay thì lướt để tranh thủ đọc tin nhắn. Hay vì do phải ở lại sau giờ học để xử lý sự vụ, mà tâm trí đang để vào việc nhà, nghĩ xem tối nay chuẩn bị món gì cho gia đình.

Đó đều là biểu hiện của việc lắng nghe nông. Bên ngoài thì tỏ ra lắng nghe, nhưng bên trong thì không thực sự chú ý.

Và khi làm thế thì sẽ dẫn đến những tác hại khôn lường nào?

5 Tác hại của lắng nghe nông

Tác hại #1 - Làm giảm động lực phấn đấu

Khi học trò gặp khó khăn hoặc mắc khuyết điểm, các em cần sự hỗ trợ và khuyến khích từ thầy cô để vượt qua những thách thức. Nếu thầy cô chỉ nghe một cách bề ngoài hoặc không quan tâm đến vấn đề của học trò, điều này có thể làm giảm lòng tự tin và động lực của các em.

Tác hại #2 - Cảm thấy không được coi trọng

Khi học trò không cảm thấy mình được lắng nghe, được quan tâm, các em có thể phát triển cảm giác bản thân không được coi trọng. Điều này có thể ảnh hưởng đến sự hình thành nhân cách và giá trị bản thân của các em, gây ra sự tự ti và không chắc chắn trong việc thể hiện chính kiến của mình.

Tác hại #3 - Làm giảm tinh thần học tập

Nhiều khi học trò thân yêu của chúng ta đến trường, học thật giỏi để có được sự ghi nhận từ người lớn. Vậy điều gì xảy ra nếu người lớn chúng ta lại không chú ý và quan tâm tới các em?

Khi học trò không nhận được sự chú ý và lắng nghe chân thành từ người lớn, có thể mất đi sự quan tâm đến việc học và giảm động lực rèn luyện và học tập. Điều này giải thích vì sao hiệu suất học tập kém, và tạo ra các rào cản cho sự phát triển tiềm năng tối đa của các em.

Tác hại #4 - Tăng cường hành vi tiêu cực

Khi học trò không có cơ hội được lắng nghe và chia sẻ những suy nghĩ, cảm xúc và khó khăn của mình, các em có thể tìm đến các phương thức khác để thu hút sự chú ý. Điều này có thể dẫn đến hành vi tiêu cực như gây rối lớp học, thiếu tập trung hoặc thậm chí tham gia vào hành vi bất hợp tác.

Tác hại #5 - Thiếu lòng tin và tương tác xã hội

Khi không có môi trường lắng nghe và tương tác tích cực, các học trò có thể trở nên tự ti và thiếu kỹ năng xã hội. Điều này sẽ ảnh hưởng đến khả năng giao tiếp, kỹ năng xây dựng quan hệ cũng như tham gia vào các hoạt động xã hội khác.

Vậy làm thế nào để đối phó với các tác hại của việc lắng nghe nông? Hãy cùng khám phá nghệ thuật lắng nghe sâu.

"Lắng nghe sâu không chỉ là một kỹ năng, mà là một hành động tình yêu."

~ Thích Nhất Hạnh

Lắng nghe sâu

Lắng nghe vốn là một yếu tố cốt lõi trong việc giao tiếp hiệu quả. Trong bối cảnh giáo dục, bạn không chỉ có trách nhiệm truyền đạt kiến thức mà còn hướng dẫn và hỗ trợ sự phát triển của học trò.

Một khía cạnh quan trọng của việc hỗ trợ sự phát triển của học trò chính là khả năng lắng nghe sâu, đặc biệt khi học trò mắc khuyết điểm. Khi bạn không thể thực hiện việc lắng nghe đúng mức độ này, hậu quả có thể gây tổn thương đến sự phát triển học tập, tâm lý và tổng thể của học trò.

Bạn còn nhớ câu chuyện của Thắng ở đầu chương chứ?

Nếu như tôi đã không toàn tâm toàn ý mà rơi vào trạng thái lắng nghe nông, thì có thể vấn đề sẽ không bao giờ được giải quyết. Vậy nên, việc bạn lắng nghe sâu và đồng cảm với học trò khi các em mắc khuyết điểm không chỉ giúp bạn hiểu rõ hơn nguyên nhân vấn đề, thấu cảm để giúp trò thay đổi tiến bộ mỗi ngày mà còn tạo ra một môi trường học tập tích cực và ủng hộ. Kết quả là cô vui, trò hạnh phúc.

Trong giáo dục, lắng nghe sâu là một yếu tố cốt lõi của việc dạy học và giáo dục hiệu quả. Khi bạn sở hữu khả năng vừa lắng nghe sâu vừa mang tính tích cực thì bạn có thể xây dựng một mối quan hệ mạnh mẽ với học trò, tạo ra niềm tin và phát triển một môi trường học tập, rèn luyện và hỗ trợ.

Lắng nghe sâu không chỉ đơn thuần là nghe những từ ngữ học trò nói, mà còn là hiểu được suy nghĩ, cảm xúc và nhu cầu tiềm ẩn bên trong. Điều này yêu cầu chúng ta phải thật sự hiện diện, tập trung và đồng cảm. Đòi hỏi sự kết hợp thân-tâm-trí trong việc lắng nghe đối với học trò để có thể tạo ra sự kết nối sâu sắc.

Một trong những sai lầm đầu tiên của một số giáo viên là không lắng nghe sâu bằng cả trái tim đối với học trò khi chúng mắc lỗi. Bởi vì không có kết nối sẽ không có thấu hiểu, không có thấu hiểu sẽ khó mà yêu thương. Khi học trò mắc lỗi giáo viên thường đặt cảm xúc của mình vào sự việc mà các em gây ra, nên thường hay chỉ tập trung vào việc trừng phạt hoặc chỉ ra sai lầm của các em mà không lắng nghe và hiểu rõ nguyên nhân cũng như cảm xúc của học trò đằng sau những lỗi lầm đó.

Thực tế những biểu hiện hành vi bên ngoài của trẻ chưa chắc đã phản ánh đúng con người của chúng bởi vấn đề không phải là vấn đề, mà vấn đề lại luôn nằm đằng sau vấn đề.

Việc nghe và lắng nghe chúng ta đều đang làm mỗi ngày nhưng "lắng nghe sâu" thì không phải lúc nào cũng làm và không phải ai cũng hiểu để thực hiện.

Tóm lại, lắng nghe sâu là gì?

Đó là khi bạn dành 100% thân, tâm, trí vào việc lắng nghe học trò. Từ đó bạn sẽ hiểu, mới quan sát được cử chỉ thái độ của học trò. Đồng thời khi lắng nghe, bạn không có sự phán xét bởi có như thế bạn mới có thể đồng cảm và thấu hiểu cảm xúc, suy nghĩ và trạng thái của học. Từ đó bạn mới có thể giúp học trò tự giải tỏa cảm xúc, và sau đó tự đưa ra giải pháp để sửa chữa lỗi lầm và trưởng thành hơn.

5 Lợi ích của lắng nghe sâu

Bạn biết đấy trong câu chuyện của Linh, em đã nghỉ học ở nhà một tháng và bỏ nhà đi khi em đang ở giai đoạn nước rút cho kỳ thi vượt cấp vào lớp 10.

Trong khi việc nghỉ học, bỏ nhà đi lại liên quan đến những việc đã từng xảy từ khi em mới là cô học trò lớp 7. Bạn hãy tưởng tượng, em đã phải chịu đựng vấn đề tới hai năm trời. Và nếu tôi không đủ trí tuệ để nhìn nhận vấn đề, để dành hẳn 3 tiếng đồng hồ ngay buổi nói chuyện đầu tiên nghe em nói và thực hiện lắng nghe sâu đối với em thì liệu em có quay lại công việc ôn thi vào 10 và tiếp tục con đường học hành hay không?

Việc bạn lắng nghe sâu đối với học trò, đặc biệt là khi chúng mắc khuyết điểm, có những lợi ích đáng kể trong việc hỗ trợ sự phát triển và thành công của học trò. Dưới đây là một số lợi ích cụ thể của việc lắng nghe sâu, đặc biệt khi học trò mắc khuyết điểm.

Lợi ích #1 - Tạo ra một môi trường học tập tích cực

Lắng nghe sâu giúp bạn hiểu rõ hơn về nguyên nhân và cơ sở của lỗi lầm của học trò.

Bằng cách lắng nghe tận tâm và không đánh giá phán xét hay tiên đoán, bạn có thể nhận biết được những khía cạnh mà học trò chưa hiểu hoặc gặp khó khăn. Điều này cho phép bạn cung cấp sự hỗ trợ, giải thích và định hướng thích hợp để giúp học trò vượt qua lỗi lầm và phát triển kỹ năng hơn.

Khi bạn lắng nghe sâu đối với học trò mắc khuyết điểm, sẽ tạo ra một môi trường học tập tôn trọng, an toàn lại tích cực và được ủng hộ. Học trò cảm thấy được chấp nhận và được quan tâm, và không sợ bị phê phán, xem thường khi chia sẻ khuyết điểm hay thể hiện sự gặp khó khăn. Điều này tạo điều kiện cho học trò cảm thấy an toàn và tự tin hơn trong hành trình học tập và rèn luyện, đồng thời các em sẽ mở lòng để nhận sự hỗ trợ từ bạn.

Lợi ích #2 - Xây dựng lòng tự tin

Khi bạn lắng nghe sâu và quan tâm đến học trò mắc khuyết điểm sẽ giúp học trò xây dựng lòng tự tin, sẵn lòng thử lại và kiên nhẫn đối mặt với những sai lầm và khó khăn.

Bằng cách khích lệ và định hướng tích cực, bạn giúp học trò nhận ra rằng khuyết điểm không xác định tất cả về bản thân các em và rằng các em có khả năng vượt qua khuyết điểm, vượt qua khó khăn. Điều này tạo động lực và sự tự tin để học trò lựa chọn con đường phát triển cá nhân và đạt được mục tiêu của mình. Giống như Linh sau khi được tôi lắng nghe và hỗ trợ em đã quay trở lại học để tham gia kì thi chuyển cấp thay vì tiếp tục có ý định bỏ nhà, bỏ học theo người lạ quen trên mạng.

Lợi ích #3 - Hỗ trợ cá nhân hóa và phát triển kỹ năng

Khi bạn lắng nghe sâu và hiểu rõ về khuyết điểm của học trò có thể cung cấp hỗ trợ cá nhân hóa và phát triển các kỹ năng cần thiết. Bạn có thể tìm ra những phương pháp học tập và đánh giá phù hợp, cung cấp bài tập và hoạt động tùy chỉnh, cũng như xác định các lĩnh vực cần cải thiện để hỗ trợ học trò mắc khuyết điểm.

Việc phát triển kỹ năng cứng và mềm không chỉ giúp học trò vượt qua khuyết điểm mà còn chuẩn bị cho các em trong cuộc sống và sự nghiệp cho tương lai.

Lắng nghe sâu giúp bạn hiểu rõ hơn về nguyên nhân và cơ sở lỗi lầm của học trò.

Bằng cách lắng nghe tận tâm và không đánh giá phán xét hay tiên đoán, bạn có thể nhận biết được những khía cạnh mà học trò chưa hiểu hoặc gặp khó khăn. Điều này cho phép bạn cung cấp sự hỗ trợ, giải thích và định hướng thích hợp để giúp học trò vượt qua lỗi lầm và phát triển kỹ năng hơn.

Và khi bạn thực sự hiểu sâu về học trò của mình thì bạn sẽ dễ dàng hơn trong việc cá nhân hóa phương pháp giáo dục và cung cấp hỗ trợ đáp ứng nhu cầu của từng học trò giúp quá trình giáo dục đạt hiệu quả hơn. Điều này góp phần vào việc nâng cao chất lượng giáo dục.

Lợi ích #4 - Xây dựng và phát triển các mối quan hệ

Khi bạn lắng nghe sâu và quan tâm đến học trò mắc khuyết điểm, một mối quan hệ tương tác tích cực được xây dựng. Học trò sẽ cảm nhận được sự quan tâm và niềm tin từ giáo viên như bạn, điều này tạo ra một môi trường học tập đáng tin cậy và thân thiện.

Học trò cảm thấy thoải mái khi tương tác với bạn, có thể mở lòng và chia sẻ những suy nghĩ, cảm xúc và khó khăn của mình. Mối quan hệ tương tác tích cực này tạo điều kiện cho học trò nhận được sự hỗ trợ và định hướng từ bạn một cách hiệu quả.

Lợi ích #5 - Khuyến khích sự tự nhận thức và trách nhiệm cá nhân

Lắng nghe sâu giúp bạn khuyến khích học trò tự nhận thức về lỗi lầm và trách nhiệm cá nhân trong quá trình học tập. Thay vì chỉ trích hoặc đổ lỗi, dán mác cho học trò, bạn có thể tạo cơ hội để học trò tự đặt câu hỏi và tự suy nghĩ về những gì đã xảy ra.

Điều này giúp học trò nhận thức về hậu quả của hành động và tìm cách tự sửa lỗi, từ đó phát triển khả năng tự quản lý và trách nhiệm cá nhân.

Bằng cách khuyến khích sự phát triển và sáng tạo, bạn sẽ giúp học trò mắc khuyết điểm phát triển khả năng tư duy độc lập và giải quyết vấn đề, đồng thời khám phá và phát triển tiềm năng của mình.

Lắng nghe sâu còn giúp các em vui vẻ, hạnh phúc và tiến bộ hơn mỗi ngày. Hơn nữa bản thân giáo viên chúng ta cũng sẽ thấy an vui với nghề.

Và bạn cũng để ý là trong cuộc trò chuyện của tôi với Thắng, với Linh và các học trò khác, tôi đặt ra những câu hỏi thú vị, vậy cách để tạo ra những câu hỏi đó như thế nào, có nguyên tắc nào bí mật hay không, hãy cùng tôi khám phá phần tiếp theo.

3 nguyên tắc lắng nghe sâu

Bạn có nhớ câu chuyện của Thắng, lúc "cuộc trò chuyện màu nhiệm" diễn ra, tay của tôi đã làm gì chứ? Không phải là lướt điện thoại, mà là tôi đã đặt tay của mình lên trên vai bạn ấy, để gửi một thông điệp rằng: cô hiểu, và đồng cảm với cảm xúc của em. Cô đang sẵn sàng lắng nghe, sẵn sàng giúp đỡ nếu em muốn. Hãy tin ở cô. Nhờ cách đó mà phép màu đã xảy ra với tôi và Thắng.

Và để làm được việc này bạn cần nhớ 3 nguyên tắc nhỏ nhưng có võ cho bạn:

Nguyên tắc #1. Lắng nghe bằng thân

Các cụ có câu lời nói phải đi đôi với hành động. Khi chúng ta có sự nhất quán giữa cơ thể và lời nói, thì sẽ tạo ra sự tin tưởng lớn. Vì thế, bạn có thể sử dụng cử chỉ, ngôn ngữ cơ thể và cách diễn đạt để học trò thấy rằng bạn quan tâm thực sự đến những điều đang xảy ra. Khi làm vậy, bạn cũng đồng thời bạn đang tạo không gian an toàn cho học trò chia sẻ. Học trò sẽ cảm thấy sẵn lòng chia sẻ về các khuyết điểm của mình mà không sợ bị phê phán hay xử phạt. Điều này khiến học trò không bị mất sĩ diện trước bạn bè.

Nguyên tắc #2. Lắng nghe bằng tâm

Khi tôi lắng nghe Thắng nói về bố của mình thì em đã nói là em rất ghét bố. Lúc đó thay vì bực tức thì cái tâm của một người làm mẹ đã giúp tôi chấp nhận sự thật đó để tiếp tục nghe em tâm sự và hiểu nguyên nhân vì sao em lại như thế. Bởi trong thực tế không đứa trẻ nào lại ghét bỏ bố mẹ cả, chỉ là có thể đã sai việc gì đó làm ảnh hưởng đến cảm xúc mà thôi. Giống như cái cây non dễ bị gục ngã trước bão giông.

Vì thế hãy tập trung toàn diện vào việc lắng nghe, gạt bỏ mọi công việc, mọi suy nghĩ gây sao nhãng. Giành thời gian để lắng nghe cả những tín hiệu phi ngôn ngữ như biểu cảm, cử chỉ và ngôn ngữ cơ thể để hiểu và cảm nhận sâu sắc những cảm xúc, suy nghĩ và trạng thái tâm lý của học trò. Thậm chí lắng nghe cả thông điệp từ những khoảng lặng của học trò.

Hiểu, chấp nhận và không đánh giá, không phán xét: Hãy cố gắng hiểu rõ nguyên nhân và tác động ẩn đằng sau của khuyết điểm đang ảnh hưởng đến học trò. Chấp nhận rằng mỗi người đều có những điểm mạnh và yếu riêng, và khuyết điểm không xác định giá trị của một người.

Nguyên tắc #3. Lắng nghe bằng trí

Hãy phát huy trí tuệ của bạn để phân tích và hiểu rõ các thông điệp mà học trò đang cố gắng truyền đạt nhưng không phán xét. Đầu phải như "trang giấy trắng", không được là "trang giấy màu"[4]. Dùng trí tuệ để hiểu ý nghĩa ẩn sau những gì học trò đang nói, bởi "vấn đề" luôn nằm đằng sau "vấn đề".

Như trong câu chuyện của Linh "vấn đề" mà bố mẹ, thầy cô bạn bè đang nhìn thấy đó là: hư đốn vì dám bỏ nhà đi, đua đòi vì thích đi theo một chị bạn quen qua mạng rủ rê cho tiền mua quà, lười biếng vì sắp thi vượt cấp rồi mà bỏ học giữa chừng; không biết thương bố mẹ để bố mẹ phải lo lắng.

Nhưng khi biết chuyện, với tư duy của mình tôi hiểu rằng Linh không "hư", không đua đòi, không lười biếng mà thực tế em đang bế tắc và cần được cứu giúp.

Trong 3 tiếng đó tôi đã ứng dụng coaching và kết nối cũng như giải tỏa cho em được một số vấn đề mà theo ngôn ngữ coaching gọi đó là xóa bỏ

---

[4] Trong coaching ngưởi coach phải luôn giữ tâm trí ở trang giấy trắng chứ không được là trang giấy màu. Tức là không được dùng tư duy, trải nghiệm, hiểu biết của bản thân để nhìn nhận sự việc của coachee.

được những đám mây tiêu tực trong con người em.

Và nguyên nhân sâu xa dẫn đến những hành vi của Linh cũng chỉ xuất phát từ những mâu thuẫn bạn bè trong lớp từ hồi lớp 7, kết hợp với sự không biết cách đồng hành của cha mẹ, cô chủ nhiệm thì không biết sự việc xảy ra để giúp em tháo gỡ vấn đề. Thêm vào đó kỹ năng sống của em lại chưa tốt. Trong lúc bơ vơ như vậy thì em được một chị bạn quen trên mạng yêu thương, chuyện trò tâm sự, lắng nghe, chia sẻ đã khiến em ngộ nhận đó mới chính là người yêu thương em, là nơi em thuộc về nên em đã quyết định bỏ nhà ra đi theo chị ấy.

Việc phát triển kỹ năng cứng và mềm không chỉ giúp học trò vượt qua khuyết điểm mà còn chuẩn bị cho các em trong cuộc sống và sự nghiệp cho sau này.

Như vậy ở phần II này bạn đã nhận ra cùng là lắng nghe, nhưng lại có đến hai cung bậc.

Lắng nghe nông thì sẽ khiến cho học trò không những không tiến bộ mà còn có nguy cơ mắc sai lầm nhiều hơn.

Còn lắng nghe sâu thì sẽ giúp các em vui vẻ, hạnh phúc và tiến bộ hơn mỗi ngày. Hơn nữa bản thân giáo viên chúng ta cũng sẽ thấy an vui với nghề.

Phần III

3 BƯỚC TẠO PHÉP MÀU COACHING

Trong thế giới hiện đại ngày nay coaching đã trở thành một phương pháp quan trọng để giúp con người phát triển và thành công. Tuy nhiên để coaching tạo ra phép màu trong việc giáo dục học sinh thì không phải ai cũng biết, và để đúc kết ra được, thì cũng cần phải có một quá trình đào tạo và huấn luyện chuyên sâu.

Tuy nhiên bạn đừng lo, tôi đã chuẩn bị sẵn cho bạn 3 bước đơn giản để bạn có thể thực hành ngay lập tức vào tình huống sắp tới của mình. Càng thực hành nhiều, thì 3 bước này sẽ biến thành kỹ năng coaching của bạn.

KẾT NỐI *trong coaching giống như những chiếc* CHÌA KHÓA *giúp bạn mở bất kì cánh cửa nào.*

Bước #1 - Lắng nghe sâu để kết nối

Ở phần II bạn đã biết vai trò quan trọng của lắng nghe sâu rồi vì vậy bước đầu tiên chúng ta cần làm đó chính là lắng nghe sâu với các phản hồi tích cực nhằm tạo ra kết nối.

Bởi sự kết nối trong coaching giống như việc bạn tra khóa vào đúng ổ thì cánh cửa mới mở ra.

Vậy làm thế nào để bạn thực hiện tốt việc lắng nghe sâu này?

Bạn còn nhớ 3 nguyên tắc lắng nghe sâu của chúng ta không? Nó không đơn thuần là lắng nghe bằng đôi tai mà đó là bạn phải lắng nghe bằng cả thân, tâm, trí. Vậy cụ thể thân, tâm, trí chúng ta phải làm gì khi ta lắng nghe sâu.

Về phần thân

Thông thường tâm lý học trò khi bị mắc khuyết điểm sẽ rất lo lắng, căng thẳng nên nếu bạn cũng quát tháo thì càng làm cho mọi thứ trở nên căng thẳng mà thôi. Trước mặt bạn, các em sẽ thường cúi đầu không dám nhìn thẳng vào bạn, tay thì nắm chặt vào nhau. Thậm chí hai tay mân mê vạt áo như thể chúng chính là vật vững chắc để chúng vịn vào cho đỡ run sợ trước bạn.

Chính vì lẽ đó, bạn cần thật bình tĩnh và cho phép học trò ngồi xuống ghế đối diện mình chứ không phải để học trò đứng như trời trồng để sẵn sàng chịu trận quát mắng và phán xét của bạn.

Vì vậy trước khi cuộc trò chuyện diễn ra, từ lời nói, cử chỉ, nét mặt phải toát lên sự điềm tĩnh nhằm giúp trò không bị sợ sệt vì lỗi lầm, cũng như học trò sẽ thấy được sự quan tâm và tập trung của bạn đến mình.

Và khi cuộc trò chuyện bắt đầu thì bạn hãy hiện diện thân của mình 100% bằng cách tránh làm việc riêng. Đặt sự chú ý vào ngôn ngữ cơ thể của học trò, nhìn vào mắt và gửi đi thông điệp: Tôi sẵn sàng lắng nghe em, và quan tâm đến những gì em nói, hãy cứ yên tâm dãi bày, chia sẻ về những âu lo hay khuyết điểm của mình.

Làm như vậy phần thân của cả giáo viên và trò đều được ở trong trạng thái thả lỏng. Bởi trí tuệ chỉ nảy nở khi cơ thể được thả lỏng, giải phóng khỏi căng thẳng và áp lực.

Giống như khi tôi nói chuyện với Thắng lúc em mắc lỗi, tôi đã vừa nói vừa đặt tay lên vai Thắng để cậu có cảm giác có nơi để tựa, có người để tin tưởng tâm sự, không phán xét khi bản thân một người con lại nói ra câu đó với bố của mình, có người hiểu và sẵn sàng lắng nghe chia sẻ nỗi buồn. Một phút im lặng đủ để Thắng cảm nhận được tình yêu thương, sự cảm thông của tôi dành cho em.

Nhìn chung về phần thân bạn cần tạo môi trường thoải mái và an toàn: Có thể là một phòng riêng, một khu vườn yên tĩnh, hoặc bất kỳ nơi nào mà học trò của bạn cảm thấy thoải mái, đặc biệt là tránh được những con mắt đánh giá từ các thầy cô hoặc học trò khác.

Việc này rất quan trọng, nó sẽ đảm bảo rằng học trò cảm thấy thoải mái và an toàn trong việc chia sẻ những khuyết điểm và thách thức mà chúng đang gặp phải.

Tạo ra một môi trường không đánh giá, không phê phán và không kỳ thị để khích lệ học trò mở lòng và chia sẻ trung thực về những vấn đề của mình. Cụ thể là thay vì nói trước lớp, trước đám đông tạo ra sự xấu hổ, mất danh dự thì cuộc nói chuyện phải diễn ra trong không gian chỉ có thầy cô và trò để bạn dễ dàng thấu cảm hơn.

Về phần tâm

Bạn cần hiện diện, loại bỏ những suy nghĩ riêng và tập trung hoàn toàn vào học trò và những gì các em chia sẻ. Đồng thời bạn cũng cố gắng đặt mình vào hoàn cảnh của học trò để có thể hiểu được cảm xúc của các em. Thể hiện sự quan tâm, sẵn lòng lắng nghe và hiểu rõ hơn về trạng thái tâm lý của học trò. Tạo điều kiện cho các em cảm thấy được chấp nhận và được quan tâm đến.

Thể hiện sự đồng cảm và sự thông cảm: Hiểu rằng học trò đặc biệt đang trải qua một quá trình khó khăn và có thể cảm thấy bất an hoặc không tự tin với khuyết điểm của mình. Thể hiện sự đồng cảm và sự thông cảm bằng cách cho học trò biết rằng bạn hiểu và không đánh giá chúng dựa trên khuyết điểm đó.

Về phần trí

Khi bạn sử dụng trí để lắng nghe tức là bạn cần đặt câu hỏi sâu sắc và khám phá sâu hơn. Nghĩa là để hiểu rõ hơn về khuyết điểm của học trò, hãy sử dụng trí tuệ của bạn để đặt câu hỏi cởi mở và khám phá sâu hơn về tình huống cụ thể mà học trò đang gặp phải.

Hãy giúp học trò tìm hiểu về nguyên nhân, hậu quả và cách giải quyết tốt nhất cho vấn đề đó. Không chỉ dùng trí để đặt câu hỏi mà bạn còn cần dùng trí để phản hồi mang tính tích cực và xây dựng. Có thể đưa ra nhận xét, gợi ý và hướng dẫn nếu học trò có nhu cầu lắng nghe nhằm hỗ trợ các em vượt qua khuyết điểm và phát triển tiềm năng của mình.

Thay vì phê phán và tập trung vào khuyết điểm, hãy tạo động lực tích cực bằng cách nhấn mạnh vào những mặt tích cực của học trò và khuyến khích học trò phát triển tiềm năng của mình.

Giúp học trò tự thiết lập mục tiêu cụ thể và xác định các bước hành động cần thiết để vượt qua khuyết điểm. Đảm bảo rằng các mục tiêu được thiết lập là khả thi và có thể đạt được trong một khoảng thời gian xác định.

Tạo ra cơ hội cho học trò có cơ hội sửa sai hoặc tham gia vào các hoạt động và dự án mà các em có thể phát triển và ứng dụng những kỹ năng và khả năng của mình. Hỗ trợ các em trong việc phát hiện và khai thác tiềm năng cá nhân.

Ngoài ra bạn cần liên hệ và hợp tác chặt chẽ với gia đình của học trò và những người quan trọng khác trong cuộc sống của các em. Chia sẻ thông tin với phụ huynh về tiến trình và kế hoạch hành động, và tận dụng sự hỗ trợ và sự góp ý từ phía cha mẹ. Giống như trường hợp của Linh ngoài việc coaching cho em, tôi còn từng giành thời gian trao đổi, coaching cho mẹ của Linh để mẹ có thể hiểu thêm về những gì mà Linh giấu mẹ vì sợ khi mẹ biết sẽ trách phạt, thậm chí đánh đánh mắng.

Động viên học trò và tạo động lực cho các em không chỉ trong việc vượt qua khuyết điểm mà còn trong việc phát triển toàn diện. Khuyến khích học trò tìm thấy niềm vui và ước mơ mới trong quá trình học tập và phát triển cá nhân của mình.

Lắng nghe sâu và hỗ trợ học trò đặc biệt khi các em mắc khuyết điểm đòi hỏi sự kiên nhẫn, sự đồng cảm và sự tận tâm.

Khi bạn đã dành trọn 100% thân, tâm, trí để lắng nghe học trò thì đồng nghĩa với việc bạn đã kết nối thành công với học học. Và khi đó phép màu coaching bắt đầu xuất hiện. Bởi không có kết nối không có coaching.

Hỏi ĐÚNG mới TRÚNG ý

Bước #2 - Đặt câu hỏi hiệu quả

Khi bạn đã hiểu vì sao phải lắng nghe sâu trong cuộc trò chuyện với học trò thì việc chính để giải quyết vấn đề lại nằm ở cách đặt câu hỏi. Và để có câu trả lời hiệu quả thì chúng ta phải cần đến những câu hỏi hiệu quả. Bởi hỏi đúng mới trúng ý.

Khi coaching cho học trò có khuyết điểm, việc đặt câu hỏi hiệu quả là một yếu tố quan trọng để đạt được sự thành công trong phiên coach.

Đặt câu hỏi hiệu quả giúp tạo ra sự chuyển đổi, khám phá ý thức và đánh thức tiềm năng của học trò. Vì vậy hãy thật sáng suốt đưa ra những câu hỏi hiệu quả và sắc bén giúp học trò khai mở tư duy để khai phóng chính mình.

Câu hỏi hiệu quả là gì?

Trước tiên một câu hỏi hiệu quả là một câu hỏi khi bạn đưa ra không hàm chứa nội dung phán xét hay cài đặt suy nghĩ của bạn vào trong đó. Một câu hỏi hiệu quả trong coaching là một câu hỏi luôn thể hiện bạn đang ở trong trạng thái là "trang giấy trắng" chứ không phải "trang giấy màu".

Ví dụ lần đầu tiên khi Thắng đuổi đánh Minh ở hành lang tôi cũng đã hỏi Thắng trong giọng bực tức rằng "Em phá quấy hả", kèm theo với tâm trạng khó chịu. Bạn thấy đấy, tôi cũng đã đưa ra câu hỏi nhưng theo bạn câu hỏi đó thế nào?

Đó là một câu hỏi đã hàm chứa nội dung phán xét của tôi trong đó. Tôi chưa hiểu nguyên nhân sâu xa để thấu cảm với những cảm xúc em đang phải trải qua với bố mà tôi đã cho rằng em đang phá quấy.

Hay rất nhiều những câu hỏi mà tôi cũng như đồng nghiệp đã dùng nhưng chưa đúng cách như là:

"Sao cô thấy dạo này em lười ghi bài vậy?"

"Em không chú ý trong giờ văn, phải không?"

"Ở nhà em không tự giác học bài đúng không?"

"Khi em làm việc này em không suy nghĩ à?"

"Tại sao em kém thế, cả lớp làm được em lại không làm được?"

v.v...

Một câu hỏi hiệu quả còn là một câu hỏi giúp học trò của bạn biết đứng ở vùng nguyên nhân thay vì luôn đứng ở vùng hậu quả và đổ lỗi cho hoàn cảnh, cho người khác.

Ngoài ra câu hỏi hiệu quả còn là câu hỏi không mang tính chất chỉ trích, phê phán. Sử dụng ngôn từ lịch sự, tránh sử dụng các từ ngữ tiêu cực hoặc gây tổn thương.

Thêm nữa hãy tập trung vào hành động và hành vi cụ thể. Điều này giúp học trò tập trung vào việc cải thiện hành vi hơn là cảm thấy bị đánh giá về bản thân.

Khi đặt câu hỏi coaching, giáo viên còn có thể giúp học trò hiểu rõ hơn về bản thân, khám phá sở thích, đam mê và mục tiêu của mình.

5 chiến thuật đặt câu hỏi hiệu quả

Chiến thuật #1 - Đặt câu hỏi mở

Việc sử dụng các câu hỏi đóng (câu trả lời có/không) sẽ làm giới hạn tư duy của các em, và làm mất cơ hội để kết nối và lắng nghe sâu. Vì thế, bạn nên hướng tới việc sử dụng các câu hỏi mở.

Ví dụ như tôi đã từng hỏi Thắng bằng câu hỏi mở về việc hay đánh bạn vô cớ "Em cảm thấy như thế nào về việc em thường xuyên đánh bạn Minh?" hay câu hỏi "Em có thể thử những cách nào để không thấy "ngứa mắt" mỗi khi bạn kể về bố bạn ấy?". Và kỳ diệu là Thắng đã trả lời là "Em biết em sai. Em sẽ về nói chuyện với bố về những điều em mong muốn từ phía bố."

Sử dụng câu hỏi mở thay vì câu hỏi đóng để khuyến khích học trò dễ dàng bộc bạch suy nghĩ của mình, nghĩ sâu hơn và trả lời một cách chi tiết hơn. Câu hỏi mở giúp mở rộng tư duy và khám phá nhiều khía cạnh khác nhau của vấn đề.

Bạn hãy đặt các câu hỏi mở khuyến khích học trò suy nghĩ sâu và tự tìm ra câu trả lời cho bản thân như "Em nghĩ gì về "vấn đề" này?", "Cảm xúc của em như thế nào khi gặp phải "vấn đề[5]" này?"

Chiến thuật #2 – Sử dụng câu hỏi khám phá

Ví dụ: Trong câu cuộc trò chuyện với Linh tôi đã hỏi em, "Em nghĩ việc bỏ học và trốn nhà đi theo người lạ có ảnh hưởng gì đến tương lai và danh dự của em không?

Ngay sau đó em ấy đã nhận ra và chia sẻ rằng: vì em bỏ học, bỏ nhà đi theo người lạ nên mọi người, đặc biệt bạn bè sẽ xa lánh em và em bị mang tiếng xấu, đồng thời em sẽ mất cơ hội học tiếp lên cấp 3.

Câu hỏi khám phá giúp học trò tìm hiểu sâu hơn về nguyên nhân và hệ thống giá trị cá nhân. Điều này giúp học trò nhận ra các yếu tố ảnh hưởng và tìm ra cách để vượt qua khuyết điểm hay nỗi đau nào đó.

---

[5] "Vấn đề" là cụm từ chỉ chung chung và khi đặt câu hỏi bạn phải thay vấn đề thực tế vào.

Chiến thuật #3 - Câu hỏi chứa giả định

Ví dụ: Tôi đã hỏi Thắng "Nếu người bị đánh vô cớ là em thì em nghĩ gì và cảm xúc của em khi đó là gì?"

Sử dụng câu hỏi chứa giả định như thế sẽ giúp đưa ra các tình huống tưởng tượng, hoặc giúp học trò biết đặt mình vào vị trí của người khác để suy nghĩ trước khi quyết định bất kỳ hành động nào.

Chiến thuật #4 -Câu hỏi tạo cảm giác tự chủ

Ví dụ tôi đã hỏi rất nhiều trường hợp khi học sinh hay quên sách vở và lười ghi bài "Em có cách nào cụ thể mà em có thể thực hiện để cải thiện việc này không ?" hoặc "Em có kế hoạch gì để thay đổi việc hay ngủ gật trong lớp không?"

Đặt câu hỏi như vậy để khuyến khích học trò nghĩ về các giải pháp và hành động mà bản thân chúng có thể thực hiện để khắc phục khuyết điểm của mình. Điều này tạo ra cảm giác tự chủ và có trách nhiệm cá nhân.

Ví dụ: "Em có thể nghĩ xem ai hoặc điều gì có thể hỗ trợ em trong quá trình vượt qua khuyết điểm này không?"

Với loại câu hỏi này sẽ hướng học trò đến việc tìm kiếm giải pháp thay vì việc đổ lỗi và chỉ tập trung vào vấn đề. Điều này giúp tạo ra một tinh thần tích cực và khám phá những khả năng mới.

Tóm lại điều quan trọng nhất khi đặt câu hỏi hiệu quả trong coaching là đảm bảo rằng câu hỏi của bạn khuyến khích người được hỏi tự tìm ra câu trả lời và khám phá sự hiểu biết, ý thức và giải pháp của chính họ thay vì đưa ra lời khuyên hay chỉ dẫn.

Hơn nữa bạn hãy lắng nghe chân thành và không đánh giá. Tạo một môi trường an toàn và đáng tin cậy để học trò có thể chia sẻ và khám phá sự phát triển của bản thân một cách tự nhiên. Bằng cách đặt câu hỏi hiệu quả, bạn có thể giúp học trò nhận ra lỗi lầm, nhìn thấy khả năng tiềm ẩn của bản thân và đạt được sự thành công trong quá trình học tập và rèn luyện để tiến bộ mỗi ngày.

Một câu hỏi hiệu quả sẽ giống như một vệt sáng trong đêm tối, đưa học trò ra khỏi sự mờ mịt của khuyết điểm và dẫn họ tới thành công.

Hỏi hiệu quả giống như một cơn gió mùa xuân, thổi bay những lá mùa thu và làm nảy mầm những ý tưởng mới trong tâm trí học trò.

Món quà bất ngờ tặng bạn

Sau nhiều năm coaching với hàng ngàn các phiên coach thành công, tôi đã đúc rút được rất nhiều các tình huống thực tế với các câu hỏi rất cụ thể để bạn có thể tham khảo và hiểu hơn về cách đặt câu hỏi đúng.

Bạn hãy nhớ quét mã QR để kết nối với tôi, và nhận ngay tham khảo hơn 10 tình huống thực tế như là, học trò đánh bạn vô cớ này, học trò bị bạn tẩy chay này, ... và quan trọng là cách đặt câu hỏi theo các nguyên tắc trên như thế nào.

gr.mastercoachlandung.com

Một khi bạn đã thực sự kết nối với học trò và thành công trong việc đưa ra những câu hỏi hiệu quả thì kết quả sẽ luôn đúng. Tuy nhiên để học trò có thể tiếp tục rèn luyện và thay đổi tích cực mỗi ngày thì một điều không kém phần quan trọng đó là bạn cần theo dõi, khích lệ kịp thời và hỗ trợ khi cần. Đó chính là bước 3 trong trong hành trình tạo ra phép màu coaching.

Bước #3 - Khuyến khích và đồng hành

Qua trải nghiệm hơn 20 năm trong nghề tôi quan sát thấy đa phần trong môi trường học đường thường nặng về việc phê bình, khiển trách hơn là khích lệ khen ngợi học trò.

Và trên thực tế tôi chứng kiến thì những học trò bị trách phạt nhiều ở trường, và có cái mác "học sinh cá biệt" thì đến khi ra trường cái mác ấy vẫn còn nguyên vẹn. Các em không hề thay đổi. Nếu có thì cũng quá ít. Kết quả từ những phương pháp: khẩu giáo, trách phạt, dán mác kia không hề mang lại sự thay đổi tốt đẹp nào trong giáo dục.

Vậy tại sao chúng ta không thay đổi? Tại sao chúng ta không một lần thử "lắng nghe sâu" đối với học trò của mình mỗi khi chúng va vấp, mắc lỗi để thấu hiểu và dẫn dắt bằng những câu hỏi coaching giúp các em tự khai phóng chính mình.

Nhưng tất nhiên là cũng không có gì hoàn hảo, có thể sau khi bạn lắng nghe sâu thì vấn đề đã được tháo gỡ một phần nào đó, nhưng không có gì đảm bảo là nó đã được tháo gỡ hoàn toàn, hoặc vấn đề đó lại bị lặp lại do môi trường chưa thay đổi. Chính vì vậy chúng ta cần phải nắm được một sức mạnh.

Sức mạnh của khích lệ, đồng hành

Hỏi thật bạn, ngay cả khi bạn chưa đúng việc gì đó, bạn thích được người khác lắng nghe, thấu hiểu, chia sẻ và khích lệ để sửa sai hay bạn thích nghe những lời phê phán, chỉ trích thậm chí trừng phạt.

Tôi nhớ có lần tôi từng nói với cậu học trò, "Tuần này em chỉ mắc một khuyết điểm thôi à. Vậy là tiến bộ hơn tuần trước rồi đấy."

Bạn biết điều gì xảy ra không?

Ba tuần tiếp theo cậu học trò đó không mắc một khuyết điểm nào!

Giống như trường hợp của Hoa, nếu như tôi không theo dõi, khích lệ và hỗ trợ em mỗi ngày thì chắc chắn sau cuộc nói chuyện với tôi em lại trở về tâm trạng như cũ. Sẽ lại ngồi thu lu một mình, không nói chuyện với ai. Nhưng hàng ngày tới trường cứ đến giờ học của tôi, tôi đều tìm cách giao tiếp với em một cách tự nhiên và gần gũi nhất. Tôi nhìn em cười. Tôi hỏi han chuyện của em. Tôi ôm em những lúc cô trò nói chuyện có gì đó vui vui.

Dần dần em cởi mở hơn, vui vẻ hơn. Em không còn bị mặc cảm về những việc tế nhị mà em vô tình gây ra trước đây ở lớp. Lâu dần các bạn trong lớp Hoa thấy tôi rất thân thiện và gần gũi với Hoa các bạn ấy cũng quay ra trò chuyện với em. Điều này khiến Hoa thấy vui và dần hết mặc cảm vì việc đã xảy ra.

Hay với Thắng cũng vậy, sau cuộc trò chuyện nhiệm màu với em, tôi còn thường xuyên hỏi em về việc giao tiếp của em ở nhà với bố. Và bất kì khi nào có dấu hiệu một chút của niềm vui là thay vì ôm như ôm bé Hoa thì tôi thường giơ tay "high five" với Thắng để ăn mừng niềm vui nhằm khích lệ em.

Tôi đã từng biết đến một câu nói đại ý rằng: có hai lí do trong giáo dục khiến một con người thay đổi đó chính là thay đổi vì sợ hãi và thay đổi vì tình yêu thương. Vậy bạn chọn cách nào?

Các bạn khác cũng như vậy, đó không phải là cuộc trò chuyện duy nhất, mà sau đó tôi còn theo dõi, khích lệ kịp thời và hỗ trợ khi cần bằng hình thức trực tiếp khi ở trường hoặc nhắn tin qua zalo.

Có thể bạn đang đặt câu hỏi làm thế nào mà tôi có nhiều học trò như vậy mà tôi có thể quan sát được hết các bạn ấy, có thể giúp được các bạn mà không bị stress. Hay liệu tôi có cần rèn luyện trí nhớ cho tốt hay không?

Câu trả lời là tôi không rèn gì cả ngoại trừ việc hiểu một vấn đề rằng: cái gì cũng có nguyên nhân và giải pháp. Chỉ cần dùng tình yêu thương và giúp trò tìm ra đúng cách để giải quyết vấn đề.

Nói đến đây khiến tôi nhớ đến trường hợp mẹ của một học sinh tên Duy ở Hà Nội. Sau khi được tôi coaching và tiến bộ mỗi ngày, mẹ Duy đã từng nhắn qua zalo cho tôi rằng: "Chị ơi chị làm gì mà vi diệu thế?"

Hay có đồng nghiệp từng nói rằng "chỉ có cô Dung mới yêu nổi học trò cá biệt đó thôi". Có người còn nói "Sao em thấy cô nào dạy lớp chị cũng kêu than phàn nàn về học sinh Hà mà chị là chủ nhiệm lại chả thấy kêu ca phàn nàn gì vậy?"

Rồi cũng có lần một đồng nghiệp khác lại hỏi "Sao em thấy phụ huynh lớp bác làm những việc như vậy với bác mà sao không thấy bác căng thẳng mệt mỏi, cứ thấy vui tươi được vậy. Công nhận bác cân bằng tốt thật."

Rồi có lần hiệu trưởng còn bảo tôi, "Có mấy cô cậu học trò cũ chiều đến cứ ngồi ghế đá đợi cô Dung, còn hỏi thầy là cô Dung đâu, chúng em muốn gặp cô Dung. Cô làm gì mà học trò cũ cứ say mê cô vậy?"

Bạn thấy đấy phép màu coaching đã giúp tôi thay đổi tư duy và an nhiên trước mọi tình huống trong cuộc sống cũng như trước mọi tình huống trong nghề.

Tôi tin là sau những câu chuyện trên bạn đã hiểu được sức mạnh của việc khích lệ và đồng hành rồi.

Vậy thì làm sao để làm điều đó hiệu quả đây

5 chìa khóa đồng hành hiệu quả

Chìa khóa #1. Hiểu và quan tâm đến học trò

Bạn cần dành thời gian để hiểu và quan tâm đến từng học trò. Việc này đòi hỏi bạn phải lắng nghe sâu, quan sát kỹ và tương tác với học trò để nhận biết khuyết điểm, vấn đề.

Ví dụ, một học trò không tự tin trong việc trình bày công việc nhóm có thể gặp khó khăn vì sợ mắc lỗi. Lúc này bạn có thể tiếp cận học trò này một cách nhẹ nhàng, tạo một môi trường an toàn để học trò chia sẻ những lo ngại của mình và cung cấp hỗ trợ cần thiết.

Chìa khóa #2. Cung cấp phản hồi xây dựng

Phản hồi xây dựng là một công cụ quan trọng để giúp học trò cải thiện và vượt qua khuyết điểm. Bạn nên cung cấp phản hồi một cách cụ thể và tích cực về tiến bộ và điểm mạnh của học trò, đồng thời đề xuất cách khắc phục các khuyết điểm.

Chúng ta cần giúp học trò biết tự xây dựng kế hoạch và đặt ra mục tiêu cá nhân để giúp các em tự quản lý quá trình rèn luyện và học tập nhằm vượt qua những điểm yếu và khuyết điểm.

Việc đặt ra mục tiêu cụ thể và đo lường tiến trình rèn luyện, học tập sẽ giúp học trò tập trung và có mục tiêu rõ ràng.

Ví dụ, một học trò gặp khó khăn trong việc học kỹ năng nghe của bộ môn Tiếng Anh, có thể cùng giáo viên thiết lập mục tiêu hàng tuần để cải thiện triển kỹ năng nghe tốt hơn và đánh giá tiến độ qua các bài kiểm tra nhỏ.

Bạn nên khuyến khích học trò phát triển kỹ năng tự quản lý và tự định hướng để giúp các em vượt qua khuyết điểm. Việc tạo cơ hội cho các em tham gia vào quá trình lập kế hoạch, đặt mục tiêu và theo dõi tiến trình cá nhân giúp các em trở nên chủ động và có trách nhiệm với quá trình rèn luyện cũng như học tập của mình.

Ví dụ, một học trò gặp khó khăn trong việc quản lý thời gian và thường xuyên đi học muộn, thường xuyên không hoàn thành bài tập trước khi tới lớp, có thể được khuyến khích xây dựng lịch làm việc cá nhân, ưu tiên công việc và tự đánh giá tiến trình để nắm bắt được sự tiến triển và điều chỉnh nếu cần thiết.

Chìa khóa #4. Khích lệ và tiếp thêm nguồn động lực

Bạn có vai trò quan trọng trong việc khích lệ học trò và tạo động lực cho các em vượt qua khuyết điểm. Việc khích lệ và động viên học trò thông qua lời nói tích cực, việc khen ngợi thành công nhỏ và thể hiện sự quan tâm sẽ giúp học trò cảm thấy được đánh giá và động viên.

Chìa khóa #5. Sử dụng phương pháp giáo dục linh hoạt

Như bạn biết đấy, mỗi người trong chúng ta đều có thế giới quan khác nhau và học trò cũng vậy. Vì vậy bạn cần sử dụng phương pháp giáo dục linh hoạt để đáp ứng nhu cầu riêng của từng học trò. Việc này giúp học trò có cơ hội học tập và rèn luyện một cách tốt nhất.

Tóm lại, bạn có thể đồng hành và khích lệ hiệu quả cho học trò bằng cách hiểu và quan tâm đến các em, xác định và phát triển điểm mạnh, xây dựng môi trường rèn luyện, học tập ủng hộ, cung cấp phản hồi xây dựng và khuyến khích tạo kế hoạch và mục tiêu cá nhân cũng như khích lệ để tiếp thêm động lực cho học trò.

Bằng cách áp dụng các chìa khóa này, bạn có thể giúp học trò vượt qua khuyết điểm, phát triển và đạt được tiềm năng tối đa của mình trong hành trình phát triển bản thân khi đang ngồi trên ghế nhà trường.

Quà đặc biệt tặng bạn

Trong quá trình đồng hành với các bạn học sinh, tôi có học được một kỹ thuật rất thú vị được gọi là các mẫu câu Milton. Đây là loại ngôn ngữ được phát triển do nhà thôi miên trị liệu lỗi lạc Hoa Kỳ Milton Erickson và ông cũng đồng thời là chủ tịch sáng lập Hiệp hội thôi miên Hoa Kỳ.

Ngôn ngữ Milton NLP[6] giúp người nghe tiếp nhận những mệnh lệnh ẩn tích cực và tự tìm ra giải pháp cho vấn đề của riêng mình và đặc biệt những giải pháp này có sức mạnh và hiệu quả lâu dài. Hiện tại tôi liên tục cập nhật các mẫu câu này để bạn có thể sử dụng trong rất nhiều các tình huống khác nhau, nên bạn hãy quét mã QR ở đây để kết nối với tôi và nhận ngay bản mới nhất nhé.

---

[6] NLP - viết tắt của Neuro Linuistic Programming - là kỹ thuật coaching ứng dụng tâm lý học cùng các chiến lược, kỹ thuật thích hợp để tạo ra kết quả như mong đợi. Phương pháp này được thực hiện dựa trên Neuro (thần kinh học) và Linuistic (ngôn ngữ) của não bộ để lập trình tư duy cho một người.

gr.mastercoachlandung.com

"Không có thất bại, chỉ có bài học kinh nghiệm."
– Denis Waitley

Lời chia tay

Cám ơn bạn vì đã lựa chọn cuốn sách, và đặc biệt là đã về đích cùng tôi ...

Việc bạn đọc đến những dòng cuối cùng này giống như là bạn đã đi tới đích của một con đường và tôi tin rằng những tia sáng của phép màu coaching đang lan tỏa trong tâm trí bạn, thậm chí cả xung quanh bạn. Tôi tin rằng chắc chắn phép màu coaching sẽ giúp ích cho bạn trên hành trình tiếp theo.

Biết ơn bạn vì đã yêu "Phép Màu Coaching"!

Chúc mừng bạn! Bạn thật tuyệt vời!

Trước khi bạn gấp cuốn sách lại để nhận một món quà thú vị khác từ tôi ở cuối sách, chúng ta hãy cùng nhau nhìn lại những điều quan trọng đã được thảo luận trong cuốn sách này nhé!

Tổng kết lại

Nếu nhắm mắt lại, tôi tin rằng bạn sẽ vẫn còn nhớ như in những câu chuyện của Thắng, của Linh, của nhiều bạn học sinh đặc biệt cũng như cách mà phép màu coaching đã giúp chúng tôi cùng thay đổi ngoạn mục.

Ở phần I, bạn đã biết về một điểm mù trong giáo dục học sinh, một sai lầm lớn đã tạo ra biết bao bức xúc cho cả thầy cô lẫn học trò.

Sai lầm lớn đó là thiếu lắng nghe sâu và không nhận thức được tác hại của việc này. Giáo viên thường hay nhìn từ góc nhìn của mình và đánh giá học trò một cách tiêu cực. Sự thiếu kết nối này sẽ tạo ra sự thiếu thấu hiểu học trò, dẫn đến những quyết định sai lầm của giáo viên. Đồng thời, cũng khiến học trò mất đi cơ hội tự rút ra bài học từ lỗi lầm, và tìm ra giải pháp sửa đổi để tiến bộ.

Khi ta đi đúng hướng thì mới về đúng đích.

Ở phần II, bạn đã nhận ra những lý do quan trọng và lợi ích tuyệt vời của việc lắng nghe sâu.

Việc lắng nghe sâu sẽ tạo ra cảm giác được tôn trọng, từ đó xây dựng môi trường an toàn, khuyến khích học trò chia sẻ. Đồng thời, giáo viên hiểu rõ hơn nguyên nhân gốc rễ của từng vấn đề, để có thể đưa ra những giải pháp hiệu quả hơn, giúp học trò xây dựng lòng tự tin và sự kiên nhẫn cũng như ý thức trách nhiệm cá nhân của chính học trò.

Ở phần III, bạn đã nắm được mấu chốt giải quyết vấn đề hiệu quả, mấu chốt để phép màu coaching chạm tới học trò, là đặt ra những câu hỏi sao cho thật hiệu quả để đúng và trúng, thông qua ba bước đơn giản, dễ áp dụng.

Bước #1: Lắng nghe sâu để kết nối

Không có kết nối thì không có coaching, vì thế hãy lắng nghe 100% với cả thân tâm trí của mình, lắng nghe không đánh giá hay phán xét.

Bước #2: Đặt câu hỏi hiệu quả

Câu hỏi hiệu quả sẽ giúp khai mở tư duy và giải quyết vấn đề, nên bạn hãy đặt câu hỏi để hướng học trò tới vùng nguyên nhân thay vì vùng hậu quả. Khi nguyên nhân sáng tỏ thì giải pháp sẽ trở nên rõ ràng.

Hỏi hiệu quả để đúng thì mới trúng, hãy nhớ áp dụng tốt bộ 5 chiến thuật đặt câu hỏi mà tôi đã chia sẻ cho bạn ở phần này.

Bước #3: Khuyến khích, và đồng hành

Hãy nhớ rằng, khi bạn đã giúp học trò tự tìm ra giải pháp thì không có nghĩa là các bạn ấy có thể ứng dụng được tốt ngay lập tức. Chính vì thế mà sự hỗ trợ khuyến khích theo dõi và đồng hành sau đó rất quan trọng.

Tôi tin rằng qua những trang sách bạn đã chứng kiến sự kết hợp giữa hai lĩnh vực: giáo dục và coaching. Bạn có thể đã thấy một con đường mới đem lại những kết quả đáng kinh ngạc cho các học trò cũng như cho bản thân mỗi giáo viên.

Khi bạn đọc đến đây tôi tin chắc rằng bạn là người thực sự quan tâm, trăn trở đến việc giáo dục học sinh và bạn đã sẵn sàng để hành động và thay đổi.

Nhưng những kết quả tuyệt vời đó có đến hay không, thì phụ thuộc vào hành động của bạn ngay lúc này.

Nếu bạn muốn trở thành một giáo viên an nhiên hạnh phúc.

Nếu bạn muốn được nhiều học trò tin tưởng và phụ huynh yêu quý.

Nếu bạn muốn an nhiên với đời, với nghề.

Nếu bạn muốn thay đổi tư duy.

Nếu bạn muốn những trải nghiệm tuyệt vời mà tôi đã có trên hành trình làm nghề giáo viên của mình.

Nếu bạn muốn tất cả những kết quả đó và nhiều hơn thế nữa, thì dưới đây là một bí mật đơn giản mà bạn có thể thực hiện dễ dàng.

Phép thuật 10 giây

Mỗi lần gặp một tình huống khó từ học trò, hãy dành 10 giây hít sâu, thở đều. Việc này giống như bạn đang thổi bay những cảm xúc tiêu cực bên trong mình và để tâm trí bình an, để có thể nhìn thấy bông hoa học trò tươi đẹp ngay trước mắt.

Ngay sau đó, hãy phanh lại mọi lời nói và phản ứng của bạn trước lỗi lầm của học trò, thay vào đó hãy thầm đặt câu hỏi nhiệm màu.

Vấn đề ẩn sau vấn đề này là gì?

Rồi bạn cho phép học trò nói trước, còn mình nói sau. Làm như vậy, bạn sẽ chậm lại để bắt đầu lắng nghe sâu và tạo phép màu coaching.

Hãy nhớ luôn làm điều đó thật nhanh, bởi vì khi bạn còn chần chừ, rất có thể một giây sau mặt trời sẽ tắt và màn đêm tối tăm sẽ buông xuống cuộc đời một cô cậu học trò nào đó của bạn.

Hành động ngay từ giây phút này bạn nhé. Hãy biến nó thành thói quen của bạn, và tôi tin rằng phép màu coaching sẽ không chỉ giới hạn ở trong nhà trường, mà còn bắt đầu tạo ra những kết quả rực rỡ trong cuộc sống của bạn.

Câu chuyện bông hoa cá biệt

Ngày xửa ngày xưa, trong một khu vườn rực rỡ sắc màu, có một bông hoa sở hữu vẻ đẹp độc nhất vô nhị. Cánh hoa của nó pha trộn nhiều sắc màu, từ đỏ rực rỡ, vàng óng ả đến tím biếc huyền ảo, tạo ra một cá tính rất riêng. Tuy nhiên, bông hoa này lại cảm thấy rất tự ti vì thấy mình chẳng giống bông hoa nào từ màu sắc tới cái tên: Cá Biệt.

Vì cái tên không nổi bật, Cá Biệt thường bị những bông hoa khác lơ là, không quan tâm. Mọi người đều cho rằng nó là một bông hoa bình thường, không có gì đặc biệt. Cá Biệt buồn bã, dần thu mình lại và che giấu vẻ đẹp của mình dưới những tán lá.

Một ngày nọ, một cô bé tên Mai đi dạo trong khu vườn. Một điều đặc biệt là cô bé không hề để ý tới những bông hoa khác, mà lại chỉ tập trung vào Cá Biệt. Cô bị thu hút bởi vẻ đẹp rực rỡ và độc đáo của nó. Mai nhẹ nhàng tiến đến, khẽ chạm vào cánh hoa và cảm nhận sự mềm mại, tinh tế của nó.

Mai nhận ra rằng Cá Biệt không hề bình thường như cái tên của nó. Bông hoa này mang một vẻ đẹp riêng biệt, không thể trộn lẫn với bất kỳ bông hoa nào khác. Mai quyết tâm giúp Cá Biệt tỏa sáng.

Cô bé hái Cá Biệt và mang về nhà. Mai tỉ mỉ cắt tỉa những cánh hoa, tạo thành những bông hoa nhỏ xinh xắn. Sau đó, Mai kết hợp những bông hoa nhỏ này với các loại hoa khác để tạo thành những lẵng hoa, bình hoa tuyệt đẹp.

Khi những sản phẩm từ hoa Cá Biệt được bày bán tại cửa hàng, mọi người đều trầm trồ khen ngợi. Vẻ đẹp độc đáo của Cá Biệt đã thu hút sự chú ý của tất cả mọi người.

Câu chuyện về Cá Biệt lan truyền khắp nơi. Mọi người bắt đầu thay đổi cách nhìn nhận về bông hoa này. Họ không còn gọi nó là Cá Biệt nữa mà thay vào đó là Đặc Biệt và được nhiều người yêu thích.

Bạn rút ra bài học gì qua câu chuyện trên?

Đã là hoa, thì luôn đẹp, quan trọng là bạn có nhận ra hay không mà thôi. Mỗi người đều sở hữu những vẻ đẹp riêng biệt, không ai giống ai. Các học trò của chúng ta cũng vậy, mỗi bạn đều có một vẻ rất riêng, và đặc biệt là không ai hoàn hảo cả, ai cũng có những khoảnh khắc mắc sai lầm.

Với vai trò là người làm giáo dục bạn càng cần biết kỹ năng coaching để thấu hiểu và thưởng thức hương sắc của những bông hoa học trò. Thậm chí, như cô bé Mai, còn giúp cho bông hoa học trò có thể có cơ hội được tỏa sáng và được nhiều người yêu thích.

Món quà tặng bạn

Cảm ơn bạn một lần nữa, khi bạn đọc đến đây tôi bật mí thêm cho bạn một điều thú vị. Đó là khi bạn quét mã QR ở dưới, bạn sẽ không chỉ có thông tin liên hệ của tôi, nhận những món quà như tôi đã hứa, mà còn có một nhóm Zalo, nơi bạn có thể trực tiếp được tôi hỗ trợ, giải đáp hay coach trực tiếp khi bạn thấy cần.

Ngoài ra, tôi cũng đang tiếp tục nỗ lực để hoàn thiện phiên bản sách giấy của cuốn sách này với rất nhiều cập nhật, cải tiến. Nên tôi rất mong nhận được review 5 sao của bạn để truyền cảm hứng cho tôi, cũng như những góp ý để cuốn sách ngày càng hoàn thiện hơn.

Hãy quét mã QR để kết nối với tôi và nhận quà nhé!

qr.mastercoachlandung.com

Lời cảm ơn lớn

Lời cảm ơn đầu tiên tôi muốn gửi tới đó là bố mẹ tôi, những người đã cho tôi được có mặt trên cõi đời này, bố mẹ đã nuôi dạy tôi trong hoàn cảnh khó khăn vất vả. Cảm ơn bố mẹ đã cho con hình hài và nền móng giáo dục tốt để con được như ngày hôm nay.

Cảm ơn những khó khăn vất vả đã giúp tôi kiên cường hơn trong cuộc sống.

Cảm ơn nhà đào tạo quốc tế Master Trainer Coach- Đỗ Thái Đăng - một người thầy lớn đầu tiên đã mang ánh sáng coaching đến cho cuộc đời tôi. Thầy là người truyền cảm hứng sâu sắc cho tôi qua từng bài giảng để tôi trở thành master coach như ngày hôm nay.

Cảm ơn thầy Sebastien Leblond - nhà đào tạo quốc tế NLP Coaching hàng đầu thế giới. Người đã giúp tôi nâng tầm level coaching trong khóa học trực tiếp của thầy.

Cảm ơn thầy Fususu - Nguyễn Chu Nam Phương, tác giả của hàng chục đầu sách 5 sao, người mà đã giúp tôi đưa ra quyết định gõ những dòng chữ đầu tiên và đồng hành trong suốt 6 tháng cho đến được những dòng chữ cuối cuốn sách này.

Cảm ơn bạn đã đồng hành cùng tôi đến những trang sách cuối cùng này. Bởi là một giáo viên, tôi biết bạn rất bận, không chỉ với công việc chính là dạy kiến thức mà bạn còn phải làm rất nhiều công việc lặt vặt không tên và quan trọng bạn còn giống như là một người mentor[7] trong hành trình trưởng thành về mặt ý thức, đạo đức của học trò.

Tôi xin gửi lời cảm ơn chân thành đến bạn với lòng biết ơn sâu sắc về sự ủng hộ và quan tâm mà bạn đã dành cho cuốn sách của tôi, với chủ đề "Phép Màu Coaching".

Chắc hẳn tới đây bạn cũng không còn tò mò về cụm từ: "Phép màu coaching" mà tôi đề cập ngay ở tiêu đề của cuốn sách. Đó chính là kỹ năng coaching - một kỹ năng khai vấn tuyệt vời trên thế giới đã thực sự thay đổi cuộc đời tôi trong hành trình làm nghề giáo. Nó thực sự đã cho tôi một

---

[7] Mentor: Được hiểu như là một người dành thời gian để thấu hiểu và dùng sự hiểu biết của bản thân để tư vấn, cố vấn, giám sát, giúp đỡ người khác giải quyết vấn đề và cải thiện bản thân.

cuộc sống thực mới với tư duy mới, tâm thế mới, niềm vui mới.

Khi bạn đọc tới những dòng này tôi tin bạn đã tìm ra cho mình con đường để hạnh phúc hơn và bình an hơn trong môi trường học đường nơi bạn làm việc với đối tượng là con người thì ắt hẳn sẽ có có nhiều học sinh mà từ trước tới nay hay bị gọi với cái tên "cá biệt" với vai trò là giáo viên, đặc biệt là giáo viên chủ nhiệm."

Việc viết cuốn sách này là một hành trình đầy trăn trở và cũng đầy cảm hứng và đam mê của tôi. và tôi vô cùng vui mừng khi thấy rằng nó đã mang lại giá trị và ảnh hưởng tích cực cho bạn.

Tôi hy vọng và luôn tin tưởng rằng thông qua những nội dung, kiến thức, những kỹ năng và những trải nghiệm của chính tôi mà tôi đã chia sẻ trong cuốn sách này, bạn đã tìm thấy sự cải thiện và khám phá ra phép màu diệu kỳ của kỹ năng coaching và những tác động tích cực giúp thay đổi chính bạn khi bản thân bạn - một người giáo viên có được kỹ năng này thì chính bạn cũng sẽ thay đổi theo chiều hướng tích cực.

Ví dụ khi học trò gặp những tình huống xảy ra thì bạn sẽ biết cách tự vấn mình trước, tức là bạn sẽ biết cách tự đặt câu hỏi cho bản thân mình trước. Vì nếu bạn không có câu trả lời trước cho chính mình trong từng tình huống xảy ra với học trò thì chắc chắn bạn sẽ hành xử sai như tức tối, quát nạt, trừng phạt, bởi ý thức luôn dẫn tới hành động.

Trong một môi trường học đường đa dạng như hiện nay ở thời đại 4.0. Học sinh đang gặp phải nhiều ảnh hưởng đáng kể. Công nghệ số và cuộc cách mạng công nghiệp 4.0 đã thay đổi cách chúng ta sống, làm việc và học tập. Học trò của chúng ta cũng đang gặp phải nhiều ảnh hưởng tới hành trình học tập và trưởng thành.

Với nhiều học sinh "cá biệt", vai trò của giáo viên, đặc biệt là giáo viên chủ nhiệm, trở nên vô cùng quan trọng và đòi hỏi những kỹ năng đặc biệt. Cuốn sách của tôi nhằm giúp bạn nắm vững và ứng dụng kỹ năng coaching để tạo ra một môi trường học tập tích cực, khuyến khích sự phát triển cá nhân và giúp các học sinh vượt qua khó khăn, phát huy tối đa tiềm năng của mình.

Tôi cảm thấy rất biết ơn những học trò "cá biệt" của tôi. Và tôi muốn viết những lời cảm ơn chân thành nhất đến các em vì chính sự "cá biệt" của các em đã giúp cho tôi có cơ hội trải nghiệm qua những thử thách và khó khăn trong công việc của một nhà giáo, đặc biệt là trong công tác chủ nhiệm lớp. Dù ban đầu tôi đã cảm thấy chán nản và bất lực trước những tình huống khó khăn, nhưng nhờ các em, tôi đã tìm được một hướng đi mới trong cuộc sống.

Chính các em đã đánh thức sự trăn trở trong tôi, thôi thúc tôi có động lực bên trong để tôi có lí do tìm hiểu về NLP Coaching. Qua quá trình học và thực hành về coaching đã giúp nhận thức và tư duy của tôi thay đổi một cách tích cực hiệu quả và có ích không chỉ cho bản thân mà còn có lợi cho học trò của mình. Tôi đã nhận ra rằng, thay vì bỏ nghề, tôi có thể tìm cách thay đổi cách tiếp cận và thay đổi cách tương tác với học trò bằng rất nhiều kỹ năng tuyệt vời của coaching.

Kỹ năng coaching đã giúp tôi biết cách đặt câu hỏi sao cho giúp học trò tự gỡ rối tình huống của bản thân và khai phóng được chính mình. Điều này cũng giúp các em luôn bình an vui vẻ để học tập và trưởng thành.

Những học trò "cá biệt" đã làm cho tôi nhìn thấy những khía cạnh khác nhau của công việc giáo viên chủ nhiệm.

Bằng cách thể hiện sự khác biệt và đặc biệt, các em đã thách thức tôi khiến tôi tìm kiếm những phương pháp giáo dục và tiếp cận tri thức mới. Điều này đã mở ra một thế giới mới trong lòng tôi, nơi tôi có thể áp dụng những kiến thức mới coaching để giúp đỡ và hỗ trợ các em một cách tốt nhất trong hành trình học tập và rèn luyện.

Tôi không còn đơn thuần là một giáo viên truyền dạy kiến thức, một giáo viên chủ nhiệm cứng nhắc mà tôi đã trở thành một cô giáo yêu trò, yêu nghề, một Master NLP Coach luôn sẵn sàng coach như hơi thở mỗi ngày, thay đổi và tạo ra tác động tích cực trong cuộc sống của các em. Tôi muốn cảm ơn các em vì đã dạy cho tôi bài học quý giá về sự kiên nhẫn, sự linh hoạt và khả năng thích nghi với mọi tình huống. Những trải nghiệm này đã giúp tôi trưởng thành và phát triển như một người hướng dẫn và người đồng hành cho các em.

Một lần nữa, tôi muốn gửi lời cảm ơn chân thành đến những học trò "cá biệt" của tôi. Các em đã không chỉ thay đổi cuộc sống của tôi mà còn truyền cảm hứng cho tôi để tiếp tục công việc giáo viên chủ nhiệm với tâm huyết và sự đam mê. Tôi hy vọng rằng tương lai sẽ mang đến cho các em những thành công và hạnh phúc trong cuộc sống.

Tôi muốn gửi lời cảm ơn chân thành đến các học sinh đã thay đổi tích cực và trở thành những người tuyệt vời hơn. Khi tôi bắt đầu áp dụng phương pháp coaching trong công việc giảng dạy, tôi không chỉ hy vọng giúp các em vượt qua khó khăn và phát triển mà còn mong muốn xây dựng một môi trường học tập tích cực và hỗ trợ cho tất cả mọi người.

Các em là những minh chứng giúp tôi thấy rằng việc áp dụng coaching vào giáo dục là một quyết định đáng giá. Từ những người học sinh trước đây đã gây phiền toái, các em đã trở thành những cá nhân tự tin, có trách nhiệm và biết quan tâm đến nhau, sống vui vẻ hơn, hạnh phúc hơn, tự tin hơn. Tôi rất hạnh phúc và tự hào khi thấy các em đã thay đổi và trưởng thành.

Những tin nhắn yêu thương của những học trò trên các tỉnh thành khác nhau, hay những lần trở về trường cũ của học trò cũ chỉ để được cô dang rộng vòng tay đón chào và trò chuyện vài câu của các em đã làm tôi cảm thấy rất xúc động. Điều đó chứng tỏ rằng chúng ta đã xây dựng một mối quan hệ đặc biệt và tạo ra một không gian an lành, nơi các em có thể tìm thấy sự ủng hộ và sự quan tâm.

Cảm ơn các em vì đã tin tưởng và cho phép tôi đồng hành cùng các em trong hành trình học tập và phát triển tại ngôi trường thân yêu. Các em là nguồn động lực lớn đối với tôi và tôi sẽ tiếp tục nỗ lực để mang đến cho các thế hệ học trò kế tiếp, tiếp tục đồng hành, hỗ trợ và cống hiến tốt nhất từ bản thân tôi.

Chúc mừng các em về những thành tựu đã đạt được và hy vọng rằng tương lai của các em sẽ đầy hứa hẹn. Hãy tiếp tục phát triển và trở thành những người có ảnh hưởng tích cực trong cộng đồng và xã hội.

Cuối cùng, tôi xin chúc mừng bạn đã tìm thấy sự cảm hứng và được tiếp cận đến một kỹ năng coaching hữu ích từ cuốn sách này. Hy vọng rằng cuốn sách này sẽ cung cấp cho bạn những công cụ cần thiết để trở thành một giáo viên hạnh phúc với nghề, tận tâm với trò, đồng thời mang lại niềm vui và bình an trong cuộc sống hàng ngày trong môi trường giáo dục.

Một lần nữa, xin chân thành cảm ơn và mong rằng cuốn sách này sẽ tiếp tục lan tỏa giá trị và tác động tích cực trong cộng đồng giáo dục.

Và cuối cùng, tự đáy lòng tôi muốn nói lời cảm ơn tới bản thân tôi. Cảm ơn bản thân đã luôn nỗ lực mỗi ngày để vượt qua những rào cản, những khó khăn, luôn nỗ học hỏi và hoàn thiện bản thân trên hành trình sống của bản thân.

Tôi biết ơn tôi!

Tôi biết ơn tất cả những nhân duyên đến bên đời tôi.

Thanks for all with love!

Chúc bạn hạnh phúc và an vui với nghề!

Hạ Long, tháng 5/2024

Thân mến!

Dung Grace

Một số hình ảnh kỷ niệm...

Hành trình hơn 4 năm kể từ khi Dung Grace
đến với coaching và những người thầy đã mang
phép màu tới cho cuộc đời Dung Grace

Hình ảnh tham gia học NLP Practitioner

Hình ảnh tham gia học Master NLP

Hình ảnh tham gia học NLP Coaching - nhà đào tạo Bậc thầy NLP hàng đầu thế giới, Sebastien Leblond.

SB SUCCESS BUSINESS
SUCCESS BUSINESS SCHOOL
TRÂN TRỌNG KÍNH MỜI
Trần Lan Dung Grace
SEBASTIEN LEBLOND
NLP THE KEY FOR RICHNESS AND HAPPINESS
NLP CHÌA KHÓA
GIÀU CÓ & HẠNH PHÚC
VÉ THAM DỰ
08H30 - 21H30
NGÀY 21-22/10/2023
TẠI SUCCESS BUSINESS SCHOOL

SB SUCCESS BUSINESS
NLP - THE KEY
FOR RICHNESS
& HAPPINESS

NLP - THE KEY
FOR RICHNESS
& HAPPINESS

Hình ảnh coaching cho phụ huynh và học sinh.

HẠNH TUỆ COACH
KHAI PHÓNG & THỰC CHIẾN
√ Quản Trị Cảm Xúc
√ Coach The Coach
√ Giải Pháp Dạy Con
√ Chữa Lành Tổn Thương
√ Gắn Kết Mối Quan Hệ
√ Tạo Đột Phá Sự Nghiệp
√ Đặt Câu Hỏi Mạnh Mẽ
√ Ấn Định Mục Tiêu Cuộc Đời
Đội ngũ huấn luyện
Hạnh Tuệ Coach
Khai giảng 1/3/2022 | Đăng ký bit.do/htcoach
19:30 - 21:30 tối thứ 3, thứ 4 trong 9 tuần liên tiếp
0363 988 646
fb.com/hanhtuecoach